SCRIPTORES AETHIOPICI

SERIES ALTERA — TOMUS XXII

VITAE SANCTORUM INDIGENARUM

CORPUS
SCRIPTORUM CHRISTIANORUM ORIENTALIUM

CURANTIBUS

J.-B. CHABOT, I. GUIDI
H. HYVERNAT, B. CARRA DE VAUX

SCRIPTORES AETHIOPICI

TEXTUS

SERIES ALTERA — TOMUS XXII

VITAE SANCTORUM INDIGENARUM

EDIDIT KAROLUS CONTI ROSSINI

PARISIIS
E TYPOGRAPHEO REIPUBLICAE

CAROLUS POUSSIELGUE, BIBLIOPOLA
15, RUE CASSETTE, 15

LIPSIAE : OTTO HARRASSOWITZ

MDCCCCIV

I

GADLA MARQORĒWOS

SEU

ACTA SANCTI MERCURII

QUAE SUPERSUNT

EDIDIT KAR. CONTI ROSSINI.

Marqorēwos, vulgari tigraico eloquio Menqeriòs, sive Mercurius, celeberrimus abbatis Ēwosṭātēwos discipulus, e provincia Manbartā oriundus, sedem in Sirē et Sarāwē provinciis elegisse, coenobium Dabra Demāḫ, scilicet «Monasterium Verticis», in Danbalās condidisse, anno Domini 1419 ex hominum vita demigrasse traditur. Eius acta, sive Gadla Marqorēwos, in Europa nec nomine quidem nota; in Aethiopia unus tantum codex, sub xviii° fere saeculo scriptus, cognitus, quem Dabra Demāḫ pretiosissimum habebat et in Sanctis Sanctorum, cum ipsum olim furto rapere experti essent, custodiebat. Codex autographus vel immediate ex autographo excriptus videbatur. Hoc opus, nisi forte maximum, haud dubie inter maxima ab Aethiopibus aethiopico idiomate scripta censeo : codex enim foliis cccxxx, circiter mm. 310 × 250, binis columnis, constabat.

Codicem, quem aegre Yoḥannes Aethiopum Rex, Axumam transvectum, per hebdomadem retinere potuerat, mihi commodatum Asmarae legi; initium, Reginae Austri fabulam fabulosasque sancti Marqorēwos genealogias continens, a Māri Gētā Gabra Ēwosṭātēwos, aethiopico sacerdote, exscribendum curavi; excerpta ad historiam pertinentia ipse exscripsi; ceterarum rerum epitomen feci. Nocte autem iv-v mensis Iulii, anno 1902, scelesti homines, clam domus meae Asmarensis ianua fracta, manus a furto dum abstinebant, scriptis mei iuris nec non Erythraeae reipublicae omnibus inquisitis, eis ignem iniecerunt. Domum redux, primus scelus inveni : codex fere totus erat combustus, apographa laesa, epitome hac illac corrupta. — Omnia quae in Europam mecum adsportavi sequuntur.

ገድለ ፡ መርቆሬዎስ ።

ክፍል ፡ ፲ወ፭ ። መጽአት ፡ ንግሥተ ፡ አዜብ ፡ ዘስማ ፡ ማክዳ ፡ ወምክንያተ ፡ ምጽአታኒ ፡ ሀለዋ ፡ ፩ ፡ ነጋዲ ፡ ብእሲ ፡ ተንባላታዊ ፡ ዘስሙ ፡ ታምሬን ፡ ወወሀበቶ ፡ ፭፻ ፡ አግማለ ፡ ከመ ፡ ይንግድ ፡ በሙ ፡ ዘይትፈቀር ፡ በኢየሩሳሌም ፡ ወግብጽ ፡ ወወሀበቶ ፡ ብዙኀ ፡ ንዋየ ፡ ዘውእቶሙ ፡ አፈዋት ፡ ወሰጡቃጤ ፡ ዘውእቱ ፡ ጥርኝ ፡ ወቀንአት ፡ ወማየ ፡ ልብን ፡ ወቀርኒ ፡ ነጌ ፡ ዘውእቱ ፡ አስናኒሁ ፡ ወሰምዐ ፡ ወሉለ ፡ እለ ፡ ይትፈቀሩ ፡ ወይከብሩ ፡ በኢየሩሳሌም ፡ ከመ ፡ ያምጽእ ፡ ላቲ ፡ ዲባገ ፡ ወሜላተ ፡ ወሐፊረ ፡ ቀይሐ ፡ ወፀዓዳ ፡ ወነተ ፡ ወለየ ፡ ወሰንሰፊቆተ ፡ ቢሶሰ ፡ ወደርከኖ ፡ ወርቀ ፡ ወብሩረ ፡ ብርተ ፡ ወናኀሰ ፡ ወዓረረ ፡ ዘውእቱ ፡ ርሳስ ፡ ወዘርቤታተ ፡ እለ ፡ ይሰመዩ ፡ በበልሳኒ ፡ ብሔሮሙ ፡ ጀምኒ ፡ መከሞኒ ፡ ቁጥኒ ፡ ተሣይጠ ፡ በእሉ ፡ ንዋያት ፡ ዘወሀበቶ ፡ እስመ ፡ ረሰየቶ ፡ ነጋዴሃ ። ወከነ ፡ ይነግድ ፡ በመዋዕሊሁ ፡ ለዳዊት ። ወድኅረ ፡ ሞተ ፡ ዳዊት ፡ በመዋዕለ ፡ ወልዱ ፡ ሰሎሞን ፡ ወረደ ፡ በከመ ፡ ልማዱ ፡ ኢየሩሳሌም ፡ ወርእየ ፡ ግብሮ ፡ ወጥበቢሁ ፡ ለሰሎሞን ፡ አንከረ ፡ ወተደመ ፡ ብዙኀ ፡ ወገቢአ ፡ እምኢየሩሳሌም ፡ ነገራ ፡ ለማክዳ ፡ እግዝእቱ ፡ ኵሎ ፡ ዘርእየ ፡ በዐይኑ ፡ ወዘሰምዐ ፡ በእዝኑ ። ወይቤላ ፤ ይደልወኪ ፡ ትሑሪ ፡ ወትርአይ ፡ ጥበበ ፡ ለዝንቱ ፡ ንጉሥ ፡ እስመ ፡ ይኄይስ ፡ ርእይ ፡ እምሰሚዕ ። ወእንዘ ፡ ይትናገራ ፡ ከመዝ ፡ መዓልተ ፡ ወሌሊተ ፡ አኀጥአ ፡ ንዋመ ፡ ወዕረፍተ ፡ እስመ ፡ ከነ ፡ ፈቃደ ፡ እግዚአብሔር ። ወትቤሎ ፤ አሆ ፡ እገብር ፡ ኵሎ ፡ ዘትቤለኒ ።

ክፍል ። ወእምዝ ፡ አዘዘት ፡ አግብርቲሃ ፡ ወአእማቲሃ ፡ ከመ ፡ ያስተደልዉ ፡ ስንቀ ፡ ዘይትፈቀድ ፡ ለፍኖት ። እሉ ፡ እሙንቱ ፤ መዓር ፡ ወቅብዕ ፡ ዘይት ፡ ወጼው ፡ ሥርናይ ፡ ዘይከወን ፡ ለስንዳሴ ፡ ወለቌቅሕ ፡ ብርስን ፡ ወዓተር ፡ ወሰገም ። ወሥዩማኒሃኒ ፡ ያብኡ ፡ አፍራሰ ፡ ወአብቅልተ ፡ ወያልብሱ ፡ አግብርቲሆሙ ፡ ወአእማቲሆሙ ፡ ወይደለዉ ፡ ለሐዊር ፡ ምስሌሃ ። ወአምጽአት ፡ ንዋያተ ፡ ብዙኃተ ፡ ዘይትፈቀሩ ፡ ወይትፈቀዱ ፡ በኢየሩሳሌም ፡ ወወሰከት ፡ ላዕለ ፡ እሎንቱ ፡ ፭፻ ፡ አግማል ፡ ዘቀዳሚ ፡ ካልኣነ ፡ ፭፻ ፡ አግማለ ። ወተንሥአት ፡ ለሐዊር ፡ ወከነት ፡ ትዕይንተ ፡ ዐባየ ፡ ወሖረት ፡ ወበጽሐት ፡ ውስተ ፡ ኢየሩሳሌም ። ወሰምዐ ፡ ሰሎሞን ፡ ዜና ፡ ምጽአታ ፡ ወተወከፋ ፡ በትፍሥሕት ፡ ወወሀባ ፡ ማኅደረ ፡ ስፉሐ ፡ ዘየአክል ፡ ላቲ ፡ ወለሰብአ ፡ ዚአሃ ። ወነበረት ፡ ፯ ፡ አውራኀ ፡ እንዘ ፡ ትሣየጥ ፡ ወእንዘ ፡ ትሬኢ ፡ ጥበበ ፡ ለሰሎሞን ፡

ወትዴመም ፡ ወታነክር ። ወእምዝ ፡ ሰበ ፡ ፈጸመት ፡ ግብራ ፡ በአት ፡ ኀበ ፡ ሰሎሞን ፡ አሐተ ፡ ዕለተ ፡ እንዘ ፡ ሀሎ ፡ ጽምወ ፡ በባሕቲቱ ፡ ወትቤሎ ፤ አስተሰነአለኒ ፡ ወፍትሐኒ ፡ ወባርከ ፡ ፍኖትየ ፡ እስመ ፡ አንተ ፡ ቡሩክ ፡ ንጉሥ ፡ ንጉሠ ፡ ነገሥት ፤ እምይእዜሰ ፡ እግባእ ፡ ሀገርየ ፡ እስመ ፡ ርኢኩ ፡ ጥበበከ ፡ ዘሰማዕኩ ፡ በእዝንየ ፡ እንዘ ፡ ሀሎኩ ፡ ውስተ ፡ ብሔርየ ፡ ወፈጸምኩ ፡ ኵሎ ፡ ጻህቀ ፡ ልብየ ። ወነበረ ፡ ሰሎሞን ፡ ብዙኀ ፡ ሰዓተ ፡ እንዘ ፡ ያስተሐምም ፡ ዘይገብር ፡ በእንቲአሃ ፡ እስመ ፡ አፍቀራ ፡ በልቡ ። ወይቤላ ፤ እንዘ ፡ ኢያሬኢየኪ ፡ ሥርዓተ ፡ መንግሥት ፡ ኢይፌንወኪ ፤ ንበሪ ፡ ዳእሙ ። ወበ፫ ፡ ዕለት ፡ እምዕለታት ፡ ተረከበ ፡ ሰሎሞን ፡ ውስተ ፡ ጽርሐ ፡ መንግሥቱ ፤ ዐቢይ ፡ ውእቱ ፡ ወለውእቱ ፡ ጽርሕ ፡ ረሰዮ ፡ ፫ ፡ አብያተ ፡ ዘውእቶሙ ፡ ታሕታዊ ፡ ወማእከላዊ ፡ ወላዕላዊ ፡ ወተረክቦቱ ፡ ለሰሎሞን ፡ ኮነ ፡ በዝንቱ ፡ ዕለት ፡ በቤት ፡ ታሕታይ ። ጸውዓ ፡ ወአንበራ ፡ ውስተ ፡ ጽርሕ ፡ ላዕላይ ፡ ከመ ፡ ትርአይ ፡ ኵሎ ፡ ሥርዓተ ፡ መንግሥት ። ወአዘዘ ፡ ለሊቀ ፡ ሐባዜ ፡ ኅብስት ፡ ዘውእቱ ፡ መጣዊ ፡ ለእግዚእ ፡ ከመ ፡ የሀባ ፡ መብልዐ ፡ ዘያጸምዓ ፡ ወለሊቀ ፡ ጸወርተ ፡ ሜስኒ ፡ ይቤሎ ፤ ሀባ ፡ ስቴ ፡ ዘያጸምዓ ። ወወዐለ ፡ ሰሎሞን ፡ እምጽባሕ ፡ እስከ ፡ ምሴት ፡ እንዘ ፡ ያበልዕ ፡ ወያስቲ ፡ ኵሎ ፡ ሰብአ ፡ መንግሥቱ ፡ ወይእቲኒ ፡ ለለትሬኢ ፡ ዘንተ ፡ ኵሎ ፡ ታነክር ፡ ወትዴመም ። ወኮነ ፡ ሠርሖተ ፡ ሕዝብ ። ወሖሩ ፡ ኵሎሙ ፡ በበቤቶሙ ፡ ወተርፉ ፡ ንኡሳን ፡ አግብርት ። ወወረደት ፡ እምዝንቱ ፡ መካን ፡ ዘአንበራ ፡ ወትቤሎ ፤ እምይእዜሰ ፡ እሑር ፡ ወእኑም ፡ ውስተ ፡ መካንየ ። ወይቤላ ፡ ሰሎሞን ፤ ኑሚ ፡ ወእምይእዜሰ ፡ ዝየ ። ወትቤሎ ፤ አነ ፡ ድንግል ፡ ወአንተ ፡ ወሬዛ ፤ እፎ ፡ ይከውን ፡ ዝንቱ ፡ ነገር ፤ ሣዕር ፡ ወእሳት ፡ እመ ፡ ተራከቡ ፡ በበይናቲሆሙ ፡ እሳትኑ ፡ ኢይበልዕ ፡ ወሣዕርኑ ፡ ኢይትበላዕ ፤ ከማሁ ፡ ውእቱ ፡ ዝንቱ ፡ ነገር ፡ ዘትቤለኒ ። ወይቤላ ፡ ሰሎሞን ፤ ንትመሐል ፡ መሐላ ፡ ፪ነ ፡ አነሂ ፡ ከመ ፡ ኢይኤምጽኪ ፡ ወከመ ፡ ኢይመጽእ ፡ ኀቤኪ ፡ በኀይል ፡ ወአንቲኒ ፡ ከመ ፡ ኢታንሥኢ ፡ ፩ ፡ ንዋየ ፡ እምንዋያተ ፡ ቤትየ ። ወኀብሩ ፡ ፪ኤሆሙ ፡ በዝንቱ ፡ ነገር ፡ ወመሐለ ፡ ሰሎሞን ፡ በፍርሃተ ፡ ዳዊት ፡ አቡሁ ፡ ይእቲኒ ፡ መሐለት ፡ በፍርሃተ ፡ ዴውስ ፡ አቡሃ ። ወኖመ ፡ ሰሎሞን ፡ ውስተ ፡ መንበሩ ፡ ዘወርቅ ፡ ይእቲኒ ፡ ኖመት ፡ ውስተ ፡ ካልእ ፡ መንበረ ፡ ወርቅ ። ወይቤሎ ፡ ሰሎሞን ፡ ለዐቃቤ ፡ መንበሩ ፡ ዘውእቱ ፡ ገብር ፡ ንኡስ ፡ ዘያፈቅሮ ፤ ምላእ ፡ ማየ ፡ ጽሩየ ፡ ወጥዑመ ፡ ወቄፊረ ፡ ዘያስተፌሥሕ ፡ ልበ ፡ በአይገን ፡ ዘወርቅ ፡ ወአንብር ፡ ታሕተ ፡ ትርአሲሃ ። ወወለጠ ፡ ሰሎሞን ፡ በይእቲ ፡ ሌሊት ፡ ንዋሞ ፡ ወፈጸመ ፡ ንዋሞ ፡ እንዘ ፡ ከሡታት ፡ አዕይንቲሁ ፡ እስመ ፡ ጠቢብ ፡ ውእቱ ፡ ወእንዘ ፡

ይከድን ፡ አዕይንቲሁ ፡ ነቅሀ ፡ ወይእቲኒ ፡ ታስተሐይጽ ፡ ዘንተ ፡ ወመሰላ ፡ ዘኖመ ፡ ወተንሥአት ፡ ወአውረደት ፡ እዴሃ ፡ ወአንሥአት ፡ አይገነ ፡ ወርቅ ፡ ዘምሉእ ፡ ማየ ፡ ወእንዘ ፡ ትሰቲ ፡ ማየ ፡ ተንሥአ ፡ ሰሎሞን ፡ ወአኀዛ ፡ ወይቤላ ፡ ሰሎሞን ፤ ሐሰውኪ ፡ መሐላነ ። ወትቤሎ ፤ ዝንቱሰ ፡ ማይ ፡ ቀሊል ፡ ነገር ፡ ውእቱ ። ወይቤላ ፤ ምንት ፡ የዐቢ ፡ እምነ ፡ ማይ ፡ በታሕተ ፡ ሰማይ ፡ ወእምላዕለ ፡ ምድር ። ወትቤሎ ፤ ኅድገኒ ፡ እስተይ ፡ ማየ ፡ ወግበር ፡ ፈቃደከ ፡ ወኢይከውነከ ፡ ሐስዎ ፡ መሐላ ። ወሰትየት ፡ ማየ ፡ እስመ ፡ ጽምዕት ፡ ጥቀ ። ወእምዝ ፡ አእመራ ፡ ሰሎሞን ፡ በሩካቤ ፡ በከመ ፡ የአምርዎን ፡ እደው ፡ ለአንስት ፡ እስመ ፡ መፍቀሬ ፡ አንስት ፡ ውእቱ ፡ በከመ ፡ ይቤ ፡ መጽሐፈ ፡ ነገሥት ፡ ሣልስ ፡ በ፴ ፡ ክፍል ፤ ሰሎሞንሰ ፡ ንጉሥ ፡ መፍቀሬ ፡ አንስት ። ወፀንሰት ፡ እምኔሁ ፡ በዛቲ ፡ ሌሊት ። ወተመይጠት ፡ ብሔራ ፡ ወወለጠት ፡ ፍኖተ ፡ ወኢመጽአት ፡ በዘሖረት ፡ ቀዳሚ ፡ እስመ ፡ ተንሥኡ ፡ ላዕሌሃ ፡ አጽራር ፡ ዘውእቶሙ ፡ ፋንጅ ፡ ወተዠፀር ፡ ወበለው ፡ አግብርቲሃ ፡ ዐሊዎሙ ፡ ኪያሃ ፡ ወተጽዕነት ፡ በሐመር ፡ ምስለ ፡ አግብርቲሃ ፡ ወፈነወት ፡ አግማሊሃ ፡ ወአብቅልቲሃ ፡ አእዱጊሃ ፡ ወአፍራሲሃ ፡ በእግር ፡ ምስለ ፡ ብዙኃን ፡ ሠራዊት ፡ በጽንፈ ፡ ባሕር ፡ ከመ ፡ ይሑሩ ፡ ጽንፈ ፡ ጽንፈ ፡ ባሕር ፡ ወይጽንሕዋ ፡ ውስተ ፡ ቤርኬማ ፡ ዘውእቱ ፡ በርዓረብ ፡ ወበ ፡ እለ ፡ ይቤሉ ፡ ዓደል ፡ ብሔሮሙ ፡ ለተንባላት ። ወበጽሐት ፡ በ፩ ፡ ወርኀ ፡ ወወረደት ፡ እምሐመር ፡ ወኀደረት ፡ በጽንፈ ፡ ባሕር ፡ ወነበረት ፡ ሰሙነ ፡ መዋዕለ ፡ እስመ ፡ ተንሥአ ፡ ደዌ ፡ ላዕሌሃ ፡ ዘውእቱ ፡ ሙጋኛ ። ወመጽኡ ፡ ኀቤሃ ፡ መሳፍንቲሆሙ ፡ ለተንባላት ፡ ወዐበይንቶሙ[1] ፡ እለ ፡ ስሞሙ ፡ እመር ፡ ወልደ ፡ ዖጽ ፡ ብስጥያኖስ ፡ ሐጅ ፡ ወአቡሆሙ ፡ ዘይብልዎ ፡ ፍቁራ ፡ ዘስሙ ፡ አብራሂም ፡ ከዊኖሙ ፡ ብዙኃነ ፡ ሐራ ፡ ወሰገዱ ፡ ላቲ ፡ ወወሀብዋ ፡ እምኃ ፡ ብዙኀ ፡ ወእንዘ ፡ ትነብር ፡ በእማንቱ ፡ ሰሙን ፡ ዕለታት ፡ ጽባሐ ፡ ወሠርከ ፡ ፻፻ ፡ አባግዐ ፡ ፻፻ ፡ መጋዝእ ፡ ላህም ፡ ፳፳ ፡ አጣሌ ፡ ወአባሐኰ ፡ ወ፻፻ ፡ ደዋርህ ፡ ዘውእቶሙ ፡ ጕንድብ ፡ ፲፲ ፡ ሆሜረ ፡ ስንዳሴ ፡ ወ፴፴ ፡ ሆሜረ ፡ ሰገም ፡ ለለዕለቱ ፡ ወ፲፲ ፡ ባዶስ ፡ ቅብዐ ፡ ፶፶ ፤ ኔባለ ፡ ወይን ፡ ጽሩይ ፡ ወ፻፻ ፡ ኔባለ ፡ ጻሕፍ ፡ ዘውእቱ ፡ ሐዲስ ፡ ወአስተፍሥሕዋ ። ወባረከት ፡ ኪያሆሙ ፡ ወሀገሮሙ ። ወእምዝ ፡ ተንሥአት ፡ ለሐዊር ፡ ወአስተፋነውዋ ፡ ኵሎሙ ፡ ተንባላት ፡ ወእንዘ ፡ ይትመየጡ ፡ እምኀቤሃ ፡ ትቤሎሙ ፤ ሀቡኒ ፡ መራሕያነ ፡ ፍኖት ። ወወሀብዋ ፡ ፩ ፡ ተንባላታዌ ፡ መስፍነ ፡ ፻ ፡ ሐራ ፡ ዘስሙ ፡ አግደር ፡ ዘየአምር ፡ ፍኖተ ፡ መርቄ ፡ ወደደክ ፡ መካነ ፡

[1] Sic in ms. : an vulgaris sit forma nescio.

ግዝቡ ፡ ምድረ ፡ ምሥራቅ ፡ ዘውእቱ ፡ መንበርታ ፡ እስመ ፡ ይእቲ ፡ ሀገር ፡ ሠናይት ፡ ጥቀ ፡ ወብሔረ ፡ ጼውኒ ፡ ቅሩብ ፡ ኀቤሃ ፡ ወከመ ፡ ጼውኒ ፡ ሀለወ ፡ ብዕል ፡ ብዙኅ ፡ ቦቱ ። ወወሀበ ፡ ንጉሥ ፡ዘከመ ፡ ኀረየ ፡ ዐጋቲ ። ወሖረ ፡ ምስለ ፡ ሕዝቡ ፡ ወነበረ ፡ ባቲ ፡ ወሐነፀ ፡ አህጉረ ። ወሰብአ ፡ ሀገርሰ ፡ ኮኑ ፡ ያመልኩ ፡ ፩ ፡ ሰይጣነ ፡ ዘስሙ ፡ ድልስጣሕ ፡ እንዘ ፡ ይብሉ ፡ ፈጣሬ ፡ ጼው ፡ ወወሃቤ ፡ ጼው ። ወረከቦሙ ፡ በዘከመዝ ፡ አምልኮት ፡ ወሐዘነ ፡ ጥቀ ፡ ወሰአለ ፡ ኀበ ፡ እግዚአብሔር ፡ እንዘ ፡ ይብል ፤ ሀበሙ ፡ አእምሮ ፡ ከመ ፡ ይስምዑ ፡ ቃልየ ፡ ወይእመኑ ፡ ብከ ። ወመሀሮሙ ፡ ሕገ ፡ ሙሴ ፡ ዘይእቲ ፡ ኦሪት ፡ ቅድስት ፡ ወይሰውጦሙ ፡ ትምህርተ ፡ ሙሴ ፡ ወይትመየጡ ፡ በኵሉ ፡ ልቦሙ ፡ እምስሕተት ፡ ኀበ ፡ አምልኮተ ፡ እግዚአብሔር ፡ ወሰቤሃ ፡ ኮኑ ፡ ፩ ፡ ሕዝበ ፡ በሕገ ፡ ኦሪት ፡ ወተፈሥሐ ፡ ጥቀ ፡ ዐጋቲ ፡ በዝንቱ ፡ ነገር ፡ ወመጺአ ፡ ነገሮ ፡ ለንጉሥ ፡ እምነቶሙ ፡ ወተፈሥሐ ፡ ንጉሥ ፡ በዝንቱ ፡ ወወሀበ ፡ ፩ ፡ እምሌዋውያን ፡ ዘስሙ ፡ ጌድሶን ፡ ወሖረ ፡ ምስሌሁ ፡ ወነበረ ፡ ውስተ ፡ ቤቱ ፡ ወመሀሮሙ ፡ ዝንቱ ፡ ካህን ፡ በሕገ ፡ ሙሴ ፡ ፍጹመ ፡ ወይቤሎሙ ፤ ተገዘሩ ፤ ወተገዝሩ ፡ በከመ ፡ ይቤሎሙ ። ወእምድኅረ ፡ ተገዝሩ ፡ ሐፀየ ፡ ዐጋቲ ፡ እምአዋልደ ፡ ዐበይተ ፡ ሀገር ፡ አሐተ ፡ ወለተ ፡ ዘስማ ፡ እንሱርያ ፡ ዘበትርጓሜሃኒ ፡ ሱራሬ ፡ እግዚአብሔር ፡ ወአውሰባ ፡ ወኮነቶ ፡ ብእሲተ ፡ ወአፍቀራ ፡ ጥቀ ፡ እስከ ፡ ፀአተ ፡ ነፍሱ ፡ እስመ ፡ ይእቲ ፡ ዕድምት ፡ ጥቀ ፡ ወሠናይተ ፡ ላህይ ። ወኵሎሙ ፡ አዝማዲሁ ፡ አውሰቡ ፡ ከማሁ ፡ እምአዋልደ ፡ ሀገር ፡ አሐቲ ፡ አሐቲ ፡ በበርእሶሙ ። ወእምነ ፡ እሉ ፡ ነገድ ፡ እለ ፡ ተወልዱ ፡ ነገድ ፡ ተሠይሙ ፡ ሠየምት ፡ እስከ ፡ ዮም ። ወአእመራ ፡ ዐጋቲ ፡ ለብእሲቱ ፡ በሩካቤ ፡ ወፀንሰት ፡ ወወለደት ፡ ሎቱ ፡ ወልደ ፡ ወሰመዮ ፡ ስሞ ፡ ማህሎን ፡ ትርጓሜሁኒ ፡ ተማህለኒ ። ወልህቀ ፡ ውእቱ ፡ ወአስተዋሰበ ፡ አቡሁ ፡ አሐተ ፡ ብእሲተ ፡ ዘስማ ፡ ሳሌዳ ፡ ዘበትርጓሜሃኒ ፡ ወግ ፡ ታሪክ ፡ ወፀንሰት ፡ እምኔሁ ፡ ወወለደት ፡ ወልደ ፡ ወሰመዮ ፡ አቡሁ ፡ አርዲኖን ፡ ዘበትርጓሜሁ ፡ ረዳኢ ። ወአርዲኖን ፡ ነሥአ ፡ ብእሲተ ፡ ዘስማ ፡ ሐዳስ ፡ ትርጓሜሃኒ ፡ ሐዲስ ፡ ወወለደት ፡ ሎቱ ፡ ወልደ ፡ ወሰመዮ ፡ አቡሁ ፡ መንከብዮን ፡ ዘትርጓሜሁ ፡ በኵረ ፡ አጻብዕ ። ዝንቱኒ ፡ አውሰበ ፡ ብእሲተ ፡ ዘስማ ፡ ሻሽና ፡ ወወለደት ፡ ሎቱ ፡ ወልደ ፡ ዘስሙ ፡ ሸምሽ ፡ ዘትርጓሜሁ ፡ ፀሓይ ። ዝንቱኒ ፡ አውሰበ ፡ ብእሲተ ፡ ወወለደት ፡ ሎቱ ፡ ወልደ ፡ ዘስሙ ፡ አቶም ፡ ዘትርጓሜሁኒ ፡ ዘምሕረት ። ዝንቱኒ ፡ አውሰበ ፡ ብእሲተ ፡ ወወለደት ፡ ወልደ ፡ ዘስሙ ፡ ዴቦን ፡ ዘበትርጓሜሁ ፡ መዲና ። ዝንቱኒ ፡ አውሰበ ፡ ብእሲተ ፡ ዘስማ ፡ ሐኖን ፡ ዘበትርጓሜሃ ፡ ጥዕምት ፡ ወወለደት ፡ ሎቱ ፡ ወልደ ፡ ዘስሙ ፡ ዲሰን ፡ ዘበትርጓሜሁ ፡ አበ ፡ ደሰ

ያት ፡፡ ዝንቱኒ ፡ አውሰበ ፡ ብእሲተ ፡ ዘስማ ፡ አቅሌስያ ፡ ዘትርጓሜሁ ፡ ቤተ ፡ እግዚእ ፡ ወወለደት ፡ ሎቱ ፡ ወልደ ፡ ዘስሙ ፡ ሐያዜር ፡ ዘበትርጓሜሁ ፡ አኃዚ ፡፡ ዝንቱኒ ፡ አውሰበ ፡ ብእሲተ ፡ ዘስማ ፡ መሪና ፡ ትርጓሜሃኒ ፡ መዓርዒር ፡ ወወለደት ፡ ወልደ ፡ ወሰመዩቶ ፡ ስሞ ፡ በስመ ፡ አቡሁ ፡፡ ዝንቱኒ ፡ አውሰበ ፡ ብእሲተ ፡ ዘስማ ፡ ዘዊላ ፡ ትርጓሜሃኒ ፡ ዘላለ ፡ ወወለደት ፡ ሎቱ ፡ ወልደ ፡ ዘስሙ ፡ ድምሆይ ፡ ትርጓሜሁኒ ፡ መድምም ፡፡ ዝንቱኒ ፡ አውሰበ ፡ ብእሲተ ፡ ዘስማ ፡ አሡርስያ ፡ ትርጓሜሃኒ ፡ በረከት ፡ ወወለደት ፡ ሎቱ ፡ ወልደ ፡ ዘስሙ ፡ ያሰን ፡ ዘትርጓሜሁ ፡ መድኀኒት ፡፡ ዝንቱኒ ፡ አውሰበ ፡ ብእሲተ ፡ ዘስማ ፡ አርቃድያ ፡ ትርጓሜሃኒ ፡ ቀዳሚተ ፡ አንስት ፡ ወወለደት ፡ ሎቱ ፡ ወልደ ፡ ዘስሙ ፡ አውናን ፡ ትርጓሜሁኒ ፡ አውያን ፡፡ ዝንቱኒ ፡ አውሰበ ፡ ብእሲተ ፡ ዘስማ ፡ በጥሪቃ ፡ ትርጓሜሃኒ ፡ እግዚእት ፡ ወወለደት ፡ ሎቱ ፡ ወልደ ፡ ዘስሙ ፡ ልሔም ፡ ትርጓሜሁኒ ፡ ኅብስት ፡፡ ዝንቱኒ ፡ አውሰበ ፡ ብእሲተ ፡ ዘስማ ፡ አሪዳ ፡ ትርጓሜሃኒ ፡ ምሡራብ ፡ ወወለደት ፡ ሎቱ ፡ ወልደ ፡ ዘስሙ ፡ በልባሎ ፡ ትርጓሜሁኒ ፡ ነበልባል ፡፡ ዝንቱኒ ፡ አውሰበ ፡ ብእሲተ ፡ ዘስማ ፡ ኑኃሚን ፡ ትርጓሜሃኒ ፡ ወቶቶ ፡ ጥዕምት ፡ ፍሥሕት ፡ ወወለደት ፡ ሎቱ ፡ ወልደ ፡ ዘስሙ ፡ ወረደ ፡ ነጋሽ ፡ ትርጓሜሁኒ ፡ ቅኑይ ፡ ለንጉሥ ፡፡ ዝንቱኒ ፡ አውሰበ ፡ ብእሲተ ፡ ዘስማ ፡ ሮምና ፡ ትርጓሜሃኒ ፡ ሮማን ፡ ወወለደት ፡ ሎቱ ፡ ወልደ ፡ ዘስሙ ፡ አዲኖን ፡ ትርጓሜሁኒ ፡ ደናኒ ፡፡ ዝንቱኒ ፡ አውሰበ ፡ ብእሲተ ፡ ዘስማ ፡ ሐይከል ፡ ትርጓሜሃኒ ፡ ታቦት ፡ ወወለደት ፡ ሎቱ ፡ ወልደ ፡ ዘስሙ ፡ ረምሓይ ፡ ትርጓሜሁኒ ፡ ሥሉጥ ፡፡ ዝንቱኒ ፡ አውሰበ ፡ ብእሲተ ፡ ዘስማ ፡ ሳቤላ ፡ ትርጓሜሃኒ ፡ ቤተ ፡ ጣህል ፡ ወወለደት ፡ ሎቱ ፡ ወልደ ፡ ዘስሙ ፡ ደበሳይ ፡ ትርጓሜሁኒ ፡ ቤተ ፡ ብስራት ፡፡ ዝንቱኒ ፡ አውሰበ ፡ ብእሲተ ፡ ወወለደት ፡ ሎቱ ፡ ወልደ ፡ ዘስሙ ፡ ሚራሪ ፡ ትርጓሜሁኒ ፡ መሪር ፡፡ ትውልድ ፡ ኮነ ፡ ፳ ፡፡ ወበመዋዕሊሁ ፡ ለዝንቱ ፡ ተወልደ ፡ እግዚእነ ፡ ኢየሱስ ፡ ክርስቶስ ፡ እምድንግል ፡ በ፶፻ ፡ ወ፭፻ ፡ ዓመት ፡ እምፍጥረተ ፡ ዓለም ፡ ወእሜሃ ፡ ኮነ ፡ ፲ወ፹ ፡ ዓመተ ፡ ምሕረት ፡ ፲ወ፩ ፡ ቀመር ፡ እንዘ ፡ ዓበቅቴ ፡ ፀሓይ ፡ ፩ ፡ ወዓበቅቴ ፡ ወርኅ ፡ ፱ ፡፡ ዝንቱኒ ፡ አውሰበ ፡ ብእሲተ ፡ ዘስማ ፡ ሰፍያ ፡ ትርጓሜሃኒ ፡ ንግሥት ፡ ወወለደት ፡ ሎቱ ፡ ወልደ ፡ ዘስሙ ፡ ጌራ ፡ ትርጓሜሁኒ ፡ ከማሁ ፡ ውእቱ ፡፡ ዝንቱኒ ፡ አውሰበ ፡ ብእሲተ ፡ ዘስማ ፡ አግያ ፡ ትርጓሜሃኒ ፡ ሜላት ፡ ወወለደት ፡ ሎቱ ፡ ወልደ ፡ ዘስሙ ፡ ሳፌላ ፡ ትርጓሜሁኒ ፡ ጣህል ፡፡ ዝንቱኒ ፡ አውሰበ ፡ ብእሲተ ፡ ዘስማ ፡ ቡእግያ ፡ ወወለደት ፡ ሎቱ ፡ ወልደ ፡ ዘስሙ ፡ ሕዝበ ፡ ናኝ ፡ ትርጓሜሁኒ ፡ ሕዝብ ፡ ቡሩክ ፡፡ ዝንቱኒ ፡ አውሰበ ፡ ብእሲተ ፡ ዘስማ ፡ አውሎግያ ፡ ትርጓሜሃኒ ፡ ወለት ፡ ወወለደት ፡ ሎቱ ፡ ወልደ ፡ ዘስሙ ፡ ድልንአድ ፡

ስሙ ፡ መስቀል ፡ መዋኢ ። ዝንቱኒ ፡ አውሰበ ፡ ብእሲተ ፡ ዘስማ ፡ ኃሬክ ፡ ትርጓሜሃኒ ፡ መሥዋዕት ፡ ወወለደት ፡ ሎቱ ፡ ወልደ ፡ ዘስሙ ፡ ግርማኒ ፡ እግዚእ ። ወበመዋዕሊሁ ፡ ለዝንቱ ፡ ኮነ ፡ ተቃሕዎ ፡ ዐቢይ ፡ ውስተ ፡ ኵሉ ፡ አብያተ ፡ ክርስቲያናት ፡ እስመ ፡ ተንሥኡ ፡ ዐላውያን ፡ በዓመፃ ፡ እለ ፡ ይቤሉ ፤ ኢንሰግድ ፡ ለመስቀል ፡ ወለሥዕል ፡ እስመ ፡ ሥዕል ፡ ጽላት ፡ ውእቱ ፡ ወመስቀል ፡ ዕፀ ፡ ጎልጎታ ፡ ውእቱ ። እስመ ፡ አስሐቶሙ ፡ ሰይጣን ፡ በከመ ፡ አስሐቶሙ ፡ ለአርዮስ ፡ ወለማኒ ፡ ለጳውሎስ ፡ ሳሚሳጢ ፡ ወለንስጥሮስ ፡ ለሰባልዮስ ፡ ወለመቅዶንዮስ ፡ ወለብዙኃን ፡ መናፍቃን ፡ እስከ ፡ ተናገሩ ፡ ክህደተ ፡ ብዙኃ ፡ ወደረሱ ፡ ድርሳናተ ፡ ሰይጣናተ ፡ ወሌጠሙ ፡ መጻሕፍተ ፡ ወነቢያተ ፡ ዘኍልቆሙ ፡ ፴ወ፯ ፡ ወመጻሕፍተ ፡ ሐዲሳተ ፡ ዘኍልቆሙ ፡ ፴ወ፰ ፡ ወአዋልዲሃኒ ፡ ዘውእቶሙ ፡ መጻሕፍተ ፡ ሊቃውንት ፡ እለ ፡ ኍልቍ ፡ አልበሙ ። ወሰበ ፡ ሰምዐ ፡ ዝንቱ ፡ ግርማኒ ፡ እግዚእ ፡ ነደ ፡ በእሳተ ፡ ፍቅሩ ፡ ለአምላክ ፡ ወቀንዐ ፡ ቅንዓተ ፡ መለኮታዊተ ፡ ከመ ፡ ኤልያስ ፡ ቴስብያዊ ፡ ወዘከመ ፡ ጳውሎስ ፡ ብንያማዊ ፡ ዘይቤ ፡ በውስተ ፡ መልእክቱ ፡ ዳግሚት ፡ በ፲ወ፪ ፡ ምዕራፍ ፡ እንተ ፡ ጸሐፉ ፡ ለሰብአ ፡ ቆሮንቶስ ፡ ወገብረ ፡ ጉባዔ ፡ ውስተ ፡ ሀገሩ ፡ ዘስማ ፡ ሲካር ፡ ወአስተጋብአሙ ፡ ለቀሳውስት ፡ ወለዲያቆናት ፡ ወለኵሎሙ ፡ ሥዩማነ ፡ ሀገሩ ፡ ዘቤተ ፡ ክርስቲያን ፡ እስመ ፡ ውእቱ ፡ መኰንና ፡ ለይእቲ ፡ ሀገር ። ወይቤልዎሙ ፡ እሙንቱ ፤ እሙንቱ ፡ ዘሰማዕነ ። ወይቤልዎሙ ፡ እሙንቱ ፡ መናፍቃን ፤ እወ ፡ ኢንሰግድ ፡ ለመስቀል ፡ ወለሥዕል ፡ እስመ ፡ መስቀል ፡ ዕፅ ፡ ውእቱ ፡ ወሥዕልኒ ፡ ጽላት ፡ ውእቱ ። ወአውሥእዎሙ ፡ ወይቤልዎሙ ፤ ኢትቤሉኑ ፡ ለመስቀል ፡ ቀደሶ ፡ በደሙ ፡ እግዚእነ ፡ ኢየሱስ ፡ ክርስቶስ ፡ አመ ፡ ተረግዘ ፡ ገቦሁ ፡ ዘየማን ፡ በኵናት ፡ ወወፅአ ፡ እምኔሁ ፡ ደም ፡ ወማይ ፡ በከመ ፡ ይቤ ፡ ዮሐንስ ፡ ወንጌላዊ ፡ በንኡስ ፡ ምዕራፍ ፡ ፻፳ወ፰ ። ወላዕለ ፡ ሥዕልኒ ፡ ኢየኀድሮ ፡ ኀይለ ፡ እግዚአብሔር ፡ ወኢይትገበርኑ ፡ ተአምራት ፡ ወመንክራት ፡ በሥዕላት ፡ እለ ፡ ተሥዕላ ፡ በሥዕለ ፡ እግዝእትነ ፡ ወበስመ ፡ ነቢያት ፡ ወሐዋርያት ፡ ወበስመ ፡ ጻድቃን ፡ ወሰማዕት ፡ ወበስመ ፡ መልአክ ። ለምንት ፡ ገብረ ፡ ሥዕለ ፡ እግዚእነ ፡ ዘፈነወ ፡ በእደ ፡ ሐዋርያ ፡ ታዴዎስ ፡ ኀበ ፡ አቃርዮስ ፡ ንጉሠ ፡ ሮሃ ፡ ተአምራተ ፡ ወመንክራተ ፡ እለ ፡ ተገብሩ ፡ በኢየሩሳሌም ፡ ወለምንት ፡ ተናገሮ ፡ ሥዕል ፡ ዘሰአሎ ፡ ለጢባርዮስ ፡ ንጉሠ ፡ ሮሜ ፡ እንዘ ፡ ይብል ፡ ለዮሐንስ ፡ ወልደ ፡ ነጐድጓድ ፤ ሰአሊሁ ፡ በከመ ፡ ተሰቀልኩ ፡ በኢየሩሳሌም ፡ ከማሁ ፡ ዳግመ ፡ ትሰቅለኒኑ ፡ በሮሜ ፤ ወለምንት ፡ ሰዐሞ ፡ አፉሁ ፡ ለዮሐንስ ፡ አፈ ፡ ሥዕል ፤ ወለምንት ፡ አውሐዘት ፡ ሐፈ ፡ በጼዴንያ ፡ ሥዕለ ፡ እግዝእትነ ፡ ቅድስት ፡ ድንግል ፡ በ፪ማርያም ፡ ወላዲተ ፡

አምላክ ፡ ወለምንት ፡ በዝንቱ ፡ ሐፍ ፡ ክኑ ፡ ይትፌወሱ ፡ ሕሙማን ፡ ወድውያን ፡ እለ ፡ ይመጽኡ ፡ በሃይማኖት ። ወይቤልዎሙ ፤ ሐሰትኑ ፡ አው ፡ እዉንኑ[1] ፡ ዝንቱ ፡ ነገር ። ወአበዩ ፡ ተመይጠ ፡ እምስሕተቶሙ ፡ ወፈርሁ ፡ አውግዞቶሙ ፡ እስመ ፡ እሙንቱ ፡ እምዐበይተ ፡ ሀገር ፡ እሙንቱ ። ወእምዝ ፡ ተንሥአ ፡ ግርማነ ፡ እግዚእ ፡ ወሐረ ፡ ኀበ ፡ ንጉሥነ ፡ ርቱዐ ፡ ሃይማኖት ፡ ዘስሙ ፡ አግብአ ፡ ጽዮን ፡ ወልዱ ፡ ለይኩኖ ፡ አምላክ ፡ ዘአግብአ ፡ መንግሥተ ፡ ድኅረ ፡ ወሰድዎ ፡ ዛጓ ፡ መንግሥተ ፡ እምድልነዓድ ፡ ወልዱ ፡ ለአንበሳ ፡ ውድም ፡ በ፫፻ወ፫ዓመት ፡ በጸሎቱ ፡ ለአቡነ ፡ ተክለ ፡ ሃይማኖት ፡ ወበጽሐ ፡ ኀቤሁ ፡ እንዘ ፡ ሀሎ ፡ ገቢሮ ፡ ትዕይንተ ፡ በአክስም ፡ እንተ ፡ ይእቲ ፡ መካነ ፡ ጽዮን ፡ ወነገሮ ፡ ስሕተቶሙ ፡ ኵሎ ፡ ወተምዐ ፡ ንጉሥ ፡ ወአውረዳ ፡ ለሥዕል ፡ ዘሥዕልት ፡ በቀለመ ፡ ወርቅ ፡ ዘይጼሊ ፡ ኀቤሃ ፡ ኵሎ ፡ ጊዜ ፡ ወይሰግድ ፡ ላቲ ፡ ከመ ፡ ክሂሎቱ ፡ እምዲበ ፡ ተስላስ ፡ ዘዓረፍተ ፡ ቤቱ ፡ ወአንበራ ፡ ዲበ ፡ አትሮንሱ ፡ ዘቀርነ ፡ ነጌ ፡ ወቀልዐ ፡ ግልባቤ ፡ ርእሳ ፡ ወከሠታ ፡ በቅድመ ፡ ውእቱ ፡ ግርማነ ፡ እግዚእ ፡ ወበቅድመ ፡ ኵሎሙ ፡ መኳንንቲሁ ፡ ወሠራዊቱ ፡ ወሰገደ ፡ ላቲ ፡ ሥልሰ ፡ ጊዜያተ ፡ ወፈጸመ ፡ ጸሎቶ ፡ ዘ፯ ፡ ጊዜያት ፡ ተተኪሎ ፡ በርእሱ ፡ ወተንሥአ ፡ እንዘ ፡ ያንጸፈጽፍ ፡ ሐፉ ፡ ከመ ፡ ማይ ፡ ብዙኀ ፡ ወይውኅዝ ፡ አንብዑ ፡ ከመ ፡ ዝናመ ፡ ክረምት ፡ ወይቤላ ፤ እእግዝእትየ ፡ ኢይደሉኑ ፡ ሰጊድ ፡ ለሥዕልኪ ፡ በከመ ፡ ይቤሉ ፡ ዐላውያን ፡ እለ ፡ አስረፀ ፡ ዕልወተ ፡ ውስተ ፡ ልበሙ ፡ ዲያብሎስ ፡ ዘወለዶሙ ፡ በግብር ፡ በከመ ፡ ይቤ ፡ እግዚእነ ፡ በወንጌል ፡ በ፰ወ፰ ፡ ክፍል ፡ አንትሙሰ ፡ እምአቡክሙ ፡ ሰይጣን ፡ አንትሙ ፡ ወፍትወቱ ፡ ለአቡክሙ ፡ ትፈቅዱ ፡ ትግበሩ ፡ እስመ ፡ ውእቱ ፡ ቀታሌ ፡ ነፍሰ ፡ ሰብእ ፡ እምትካት ፡ ወኢይቀውም ፡ በጽድቅ ፡ ወሶበኒ ፡ ይነብብ ፡ ሐሰተ ፡ እምዚአሁ ፡ ይነብብ ፡ እስመ ፡ ሐሳዊ ፡ ውእቱ ፡ ወአቡሃ ፡ ለሐሰት ፡ በከመ ፡ ይቤ ፡ ሄኖክ ፡ በ፶ወ፫ ፡ ክፍል ፡ ዓመፃ ፡ ወፅአት ፡ እመዛግብቲሃ ፡ ወኢይደሉኑ ፡ ሰጊድ ፡ ለመስቀለ ፡ ወልድኪ ፡ ዘተቀደሰ ፡ በደሙ ፡ ክቡር ። ወእምዝ ፡ ሶበ ፡ ርእየት ፡ ጥብዓተ ፡ ልቡ ፡ ወጽንዓ ፡ ሃይማኖቱ ፡ ተሰጥወቶ ፡ ወተናገረቶ ፡ እምውስተ ፡ ሥዕል ፡ ከመ ፡ ገባራዊ ፡ ዘያወትር ፡ አንብበ ፡ ሰላማ ፡ ለለዕለቱ ፡ ሰርከ ፡ ወነግሀ ፡ እንዘ ፡ ትብል ፤ ይደሉ ፡ ሰጊድ ፡ ለሥዕልየ ፡ ወሰጊድ ፡ ለመስቀለ ፡ ወልድየ ። ወሶበ ፡ ሰምዐ ፡ ንጉሥ ፡ ዘንተ ፡ ነገረ ፡ ተፈሥሐ ፡ ጥቀ ፡ ወኵሎሙ ፡ ሐራሁ ፡ ወመኳንንቲሁ ፡ ምስለ ፡ ግርማነ ፡ እግዚእ ፡ አንከሩ ፡ ወሰመይዋ ፡ ለይእቲ ፡ ሥዕል ፡ ሥዕለ ፡ ስምዕ ።

[1] Tigraice.

ወዘመጽአ ፡ ፭ ፡ እምዕልዋን ፡ ለተዋከሆ ፡ በቅድመ ፡ ንጉሥ ፡ ወድቀ ፡ በገጹ ፡ ወኮነ ፡ ከመ ፡ በድን ፡ መጠነ ፡ ፲ ፡ ሰዓት ፡ ወእምዝ ፡ ተንሥአ ፡ ወይቤ ፤ ተመየጥኩ ፡ እምስሕተትየ ፡ ወእሰግድ ፡ ለመስቀል ፡ ወለሥዕል ። ወእምዝ ፡ አዘዘ ፡ ንጉሥ ፡ ለሐማልማል ፡ ዘርኡስ ፡ ላዕለ ፡ ፱ ፡ ሐራ ፡ ከመ ፡ ይሑር ፡ ምስለ ፡ ግርማን ፡ እግዚእ ፡ ኀበ ፡ ሀገሩ ፡ ወይንግር ፡ ቃለ ፡ ንጉሥ ፡ ለኵሎሙ ፡ ሰብአ ፡ ሀገር ፡ እንዘ ፡ ይብል ፤ ስገዱ ፡ ለመስቀል ፡ ወለሥዕል ፡ ዘኢሰገደ ፡ ለመስቀል ፡ ወለሥዕል ፡ ከሳዱ ፡ ለሐብልየ ፡ ወንዋዩኒ ፡ ዘአጥረዮ ፡ ለሠራዊትየ ፡ ወቤቱኒ ፡ ለዋዕየ ፡ እሳት ፡ ዘትወፅዕ ፡ እምአፈ ፡ መንገኒቅ ። ወሶበ ፡ በጽሐ ፡ ሐመልማል ፡ ላእከ ፡ ንጉሥ ፡ ኀበ ፡ ሲካር ፡ ሀገሩ ፡ ለግርማን ፡ እግዚእ ፡ አስተጋብአሙ ፡ ለኵሎሙ ፡ ሰብአ ፡ ሀገር ፡ እድ ፡ ወአንስት ፡ አዕሩግ ፡ ወሕፃናት ፡ ወነገሮሙ ፡ ቃለ ፡ ንጉሥ ፡ ወሶበ ፡ ሰምዑ ፡ ይቤሉ ፡ ኵሎሙ ፡ በኀብረት ፤ ንገብር ፡ ኵሎ ፡ ዘአዘዘነ ፡ ንጉሥ ፡ ወንሰግድ ፡ ለመስቀል ፡ ወለሥዕል ። ወተመይጡ ፡ እሙንቱ ፡ ዕልዋን ፡ እምስሕተቶሙ ፡ ወኮነ ፡ ዐቢይ ፡ ፍሥሐ ፡ በይእቲ ፡ ሀገር ፡ ወተመይጠ ፡ ሐመልማል ፡ ኀበ ፡ ንጉሥ ፡ ወነገሮ ፡ ኵሎ ፡ እምነቶሙ ፡ ወአሆ ፡ ብሂሎቶሙ ፡ ሰጊድ ፡ ለመስቀል ፡ ወለሥዕል ። ወሶበ ፡ ሰምዐ ፡ ንጉሥ ፡ ተፈሥሐ ፡ ወይቤ ፤ በእንተ ፡ ፍሥሐ ፡ ዘአስተፍሥሐኒ ፡ ይኩኑ ፡ ፲ ፡ ዓመተ ፡ አግዓዝያነ ፡ እምፀባሕት ። ወለግርማን ፡ እግዚእ ፡ ረሰያ ፡ ለሀገሩ ፡ ማዕለትልተ ፡ ሎቱ ፡ ወለውሉዱ ፡ እስከ ፡ ለዓለም ፡ እንዘ ፡ ይብል ፤ ትኩን ፡ ሎቱ ፡ ጽንፉ ፡ እሳት ፡ ወማዕከላ ፡ ገነት ። ወኍልቈ ፡ ትውልድ ፡ እምአዳም ፡ እስከነ ፡ ዐጋቲ ፡ ወልደ ፡ ሮቤል ፡ ዘውእቶሙ ፡ አቡሆሙ ፡ ለሠይምንተ[1] ፡ አጋሜ ፡ ፴ወ፰ ። ወእምዐጋቲ ፡ እስከ ፡ ግርማን ፡ እግዚእ ፡ ትውልድ ፡ ፺ወ፰ ፤ ኮነ ፡ ወኵሉ ፡ ኮነ ፡ ድሙሩ ፡ እምአዳም ፡ እስከ ፡ ግርማን ፡ እግዚእ ፡ ፺ ።

ክፍል ። ንዌጥን ፡ እንከ ፡ ኍልቈ ፡ ትውልድ ፡ ዳግመ ፡ በስዕለቱ ፡ ለአቡነ ፡ መርቆሬዎስ ፡ በረከተ ፡ አምላኩ ፡ የሀሉ ፡ ምስለ ፡ ኵልነ ፡ ለዓለመ ፡ ዓለም ፡ አሜን ። ዝንቱ ፡ ግርማን ፡ እግዚእ ፡ አውሰበ ፡ ብእሲተ ፡ ዘስማ ፡ ጽርስቅላ ፡ ትርጓሜሃኒ ፡ ኀብስተ ፡ ሕይወት ፡ ወወለደት ፡ ሎቱ ፡ ወልደ ፡ ዘስሙ ፡ ጽዮን ፡ ሞአ ፡ ዘውእቱ ፡ መስቀል ፡ ሞአ ፡ ወሞተ ፡ አግብአ ፡ ጽዮን ፡ ንጉሥ ፡ እምዘነግሠ ፡ በ፱ ፡ ዓመት ፡ ዘነግሠ ፡ እምቅድም ፡ ጽንፈ ፡ አስገድ ፡ ሕዝበ ፡ አስገድ ፡ ጽንፍ ፡ አርዕድ ፡ ፫ቲሆሙ ፡ ፰ ፡ ዓመተ ። ዝንቱኒ ፡ አውሰበ ፡ ብእሲተ ፡ ዘስማ ፡ ጠርሴዳ ፡ ትርጓሜሃኒ ፡ ጥሪት ፡ ወወለደት ፡ ሎቱ ፡ ወልደ ፡ ዘስሙ ፡ ይሁዳ ፡ ዘበ

[1] Sic in ms. : haec est vulgaris tigraica forma.

ትርጓሜሁ፡ ፡ አእምኖ ። ዝንቱኒ ፡ አውሰበ ፡ ብእሲተ ፡ ዘስማ ፡ ሄሮድያና ፡ ትርጓሜሃኒ ፡ ኅሪት ፡ ወወለደት ፡ ሎቱ ፡ ወልደ ፡ ዘስሙ ፡ ጳውሎስ ፡ ትርጓሜሁኒ ፡ ብርሃን ፡ ወዓዲ ፡ ንዋይ ፡ ኅሩይ ። ዝንቱኒ ፡ አውሰበ ፡ ብእሲተ ፡ ዘስማ ፡ ሶፍያ ፡ ትርጓሜሃኒ ፡ መከፈርት ፡ ወወለደት ፡ ሎቱ ፡ ወልደ ፡ ዘስሙ ፡ ስምዖን ፡ ትርጓሜሁኒ ፡ ስምፀኒ ፡ እግዚአብሔር ። ዝንቱኒ ፡ አውሰበ ፡ ብእሲተ ፡ ዘስማ ፡ ክርስቶስ ፡ ሞገሳ ፡ ወወለደት ፡ ሎቱ ፡ ወልደ ፡ ዘስሙ ፡ ቶማስ ፡ ትርጓሜሁኒ ፡ ፀሓይ ፡ እስመ ፡ አበ ፡ ፀሓይ ፡ ውእቱ ፡ በሀገር ፡ እንተ ፡ መንበርታ ፡ ወስመ ፡ መዲናሃኒ ፡ ሐይቅ ፡ መስሐል ፡ ይትበሀል ፤ ዝንቱኒ ፡ ነበረ ፡ በመዋዕሊሁ ፡ ለዐምደ ፡ ጽዮን ፡ ንጉሥ ፡ ዘመዋዕለ ፡ መንግሥቱ ፡ ፴ ፡ ዓመት ፡ ወነሥአ ፡ ብእሲተ ፡ ዘስማ ፡ ሰሎሜ ፡ በአማን ፡ ካልእታ ፡ ለሰሎሜ ፡ ትርጓሜሃኒ ፡ ሰላም ። እምዐበይተ ፡ ሀገር ፡ ይእቲ ፡ ዘስማ ፡ ለሀገር ፡ አጋሜ ፡ ወከኑ ፡ አበዊሃ ፡ ብዑላነ ፡ በንዋይ ፡ ወበምግባረ ፡ ሠናይ ፡ ከመ ፡ አብርሃም ፡ ወኢዮብ ፡ ወአልበሙ ፡ ውሉድ ፡ ኢተባዕተ ፡ ወኢአንስተ ፡ ወነበሩ ፡ እንዘ ፡ ይሐዝኑ ፡ በእንተ ፡ ዘአልበሙ ፡ ውሉድ ፡ ብዙኀ ፡ መዋዕለ ፡ ወአሐተ ፡ ዕለተ ፡ እንዘ ፡ ይጼሊ ፡ አቡሃ ፡ ውስተ ፡ ቤተ ፡ ጸሎቱ ፡ ዘስሙ ፡ ሕይወት ፡ ብነ ፡ አስተርአዮ ፡ መልአከ ፡ እግዚአብሔር ፡ በጊዜ ፡ ተሰዓቱ ፡ ዘመዓልት ፡ ከመ ፡ አስተርአዮ ፡ ለቆርኔሌዎስ ፡ ገብርኤልኒ ፡ ለዘካርያስ ፡ መንገለ ፡ የማነ ፡ ምሥዋዕ ፡ ዘዕጣን ፡ ዑራኤልኒ ፡ ለሄኖክ ፧ ወዕዝራ ፡ ሱርያልያኒ ፡ ለኖኅ ፡ ወኄኖክ ፡ ወዕዝራ ፡ ወመላእክትኒ ፡ ፪ ፡ ለሎጥ ፡ ከላዳዊ ፡ ወይቤሎ ፡ ለቶማስ ፤ ብእሲትከ ፡ ዘስማ ፡ እንባምሬና ፡ ትወልድ ፡ ለከ ፡ አሐተ ፡ ወለተ ፡ ዘአልቦ ፡ ዘከማሃ ፡ ኢእምቅድሜሃ ፡ ወኢእምድኅሬሃ ፡ እምኵሎን ፡ አዋልዲሃ ፡ ለሔዋ ፡ እለ ፡ ወለዳ ፡ ነቢያተ ፡ ወጻድቃነ ፡ ወሰማዕታተ ፡ እምታሕተ ፡ እግዝእትነ ፡ ቅድስት ፡ ድንግል ፡ በ፪ማርያም ፡ ወላዲተ ፡ አምላክ ። ወሰሚዖ ፡ ዘንተ ፡ ነገረ ፡ እምአፈ ፡ ገብርኤል ፡ መልአክ ፡ ተፈሥሐ ፡ ዐቢየ ፡ ፍሥሐ ፡ ወነገራ ፡ ምታ ፡ ሕይወት ፡ ብነ ፡ ለብእሲቱ ፡ እንባምሬና ፡ ትርጓሜሃኒ ፡ ማኅቶት ፡ ወሰሚዓ ፡ ይእቲኒ ፡ ጸለየት ፡ እንዘ ፡ ትብል ፤ አስተርእየኒ ፡ ሊተኒ ፡ በከመ ፡ አስተርአይኮ ፡ ለምትየ ፡ ወዜነወኒ ፡ በከመ ፡ ዜነውኮ ፡ ለምትየ ፡ ከመ ፡ ንግበር ፡ ላቲ ፡ ዘይትፌቀድ ፡ ለዛቲ ፡ ወለት ፡ ቡርክት ፡ በከመ ፡ አዘዝከነ ። ወእምዝ ፡ ወረደ ፡ መልአከ ፡ እግዚአብሔር ፡ ዘቀዲሙ ፡ ዘስሙ ፡ ሩፋኤል ፡ ትርጓሜሁኒ ፡ ፈዋሲ ፡ እግዚአብሔር ፡ ዓዲ ፡ ፈወሶ ፡ እግዚአብሔር ፡ ዓዲ ፡ መሥተፍሥሒ ፡ አልባብ ፡ እንዘ ፡ ሀለወት ፡ ቀዊማ ፡ ውስተ ፡ ቤተ ፡ ጸሎት ፡ እንዘ ፡ ትጼሊ ፡ ወሶበ ፡ ርእየቶ ፡ ለመልአክ ፡ ብርሃናዊ ፡ ደንገፀት ፡ ወፈርሀት ፡ ወርዕደት ፡ በከመ ፡ ደንገፀት ፡ እንትኩ ፡ ወላዲተ ፡ ስምሶን ፡ በከመ ፡ ነገረ ፡ ብሔረ ፡ መሳ

ፍንት ፡ ዘውእቱ ፡ አንቀጸ ፡ መሳፍንት ፡ ሰበ ፡ ርእዮቶ ፡ ለመልአክ ፡ ብርሃናዊ ፡ ወአዕተተ ፡ ፍርሃተ ፡ እምኔሃ ፡ ወተንሥአት ፡ እምኀበ ፡ ዘወድቀት ፡ ምድር ፡ ወይቤላ ፤[1] እምበሊዓ ፡ ሥጋ ፡ ወእምሰትየ ፡ ሜስ ፡ ዘውእቱ ፡ ጻፈ ፡ ወይን ፡ ከራሚ ፡ ወጼተሎ ፡ ከመ ፡ ኢንበል ፡ እምአይቴ ፡ ይረከቡ ፡ ዘንተ ፡ ኵሎ ፡ ብዑላን ፡ ጥቀ ፡ በወርቅ ፡ ወብሩር ፡ በመዓር ፡ ወቅብዕ ፡ በዘይት ፡ ወበወይን ፡ በልብስ ፡ ወበእክል ፡ እስከ ፡ ይሰአን ፡ ኈልቄቶ ፡ ለዝንቱ ፡ ኵሉ ፡ ከመ ፡ ኆፃ ፡ ዘክንፌፈ ፡ ባሕር ፡ ወከመ ፡ ከከበ ፡ ሰማይ ። ወሰበ ፡ ሰምዐት ፡ ዘንተ ፡ ነገረ ፡ እምአፈ ፡ መልአክ ፡ ተፈሥሐ ፡ ልባ ፡ ወዜነወቶ ፡ ለምታ ፡ ኵሎ ፡ ዘኮነ ፡ ወአስተዐፀቡ ፡ ፪ኤሆሙ ፡ ወይቤሉ ፤ ፈቃደ ፡ እግዚአብሔር ፡ ለይኩን ። ወነበሩ ፡ በጾም ፡ ወበጸሎት ፡ ወበምጽዋት ፡ እምአመ ፡ ሰምዑ ፡ ብስራተ ፡ መልአክ ፡ አመ ፡ ፳ወ፫ ፡ ለወርኀ ፡ ኔሳን ፡ ዘውእቱ ፡ መርሙድ ፡ ወበግዕዝ ፡ ሚያዝያ ፡ እስከ ፡ ፳ ፡ ለነሐሴ ። በይእቲ ፡ ሌሊት ፡ ሰዱሰ ፡ ነሐሴ ፡ ዘውእቱ ፡ ለጸቢሐ ፡ ሐሙስ ፡ አእመራ ፡ ሕይወት ፡ ብነ ፡ በሩካቤ ፡ ለእንባምሬና ፡ ብእሲቱ ፡ በከመ ፡ የአምርዎን ፡ እደው ፡ ለአንስት ፡ ወፀንሰታ ፡ ለሰሎሜ ፡ እሙ ፡ ለመርቆሬዎስ ፡ ፀሓየ ፡ ጽድቅ ፡ አመ ፡ ፳ ፡ ለነሐሴ ፡ በዕለተ ፡ ፅንሰታ ፡ ለእግዝእትነ ፡ ቅድስት ፡ ድንግል ፡ በ፪ማርያም ፡ ወላዲተ ፡ አምላክ ።

(Fol. 23 r°.) ..... ወእምዝ ፡ እምድኅረ ፡ ኮነ ፡ ፳ ፡ ዓመት ፡ [illegible] ፡ ወወርኁ ፡ ወርኀ ፡ ሳባጥ ፡ ዘውእቱ ፡ የካቲት ፡ በልሳነ ፡ ግዕዝ ፡ መጽአ ፡ ሥዩመ ፡ ተንቤን ፡ ዘስሙ ፡ በኀይለ ፡ እግዚእ ፡ ምስለ ፡ ብዙኃን ፡ መወልጣን ፡ ወምስለ ፡ ብዙኃን ፡ ሰራዊት ፡ እስመ ፡ ወሀበ ፡ [illegible] ፡ ፲ ፡ ምኔናተ ፡ ወመክሊተ ፡ ብሩር ፡ ፩ ፡ ለሥዩመ ፡ መምበርታ ፡ ከመ ፡ የሀበ ፡ ፪ወ ፡ በመጠነ ፡ ኮነ ፡ ወሐሰዎ ፡ ወተፋትሑ ፡ ኀበ ፡ ንጉሥ ፡ ወኢረከበ ፡ ሰማዕተ ፡ ሥዩመ ፡ ተንቤን ፡ እስመ ፡ ውእቱ ፡ ወሀበ ፡ በእምነት ፡ አመ ፡ ኮነ ፡ ፍቅር ፡ ማእከሌሆሙ ። ወብእሲቱ ፡ ለንጉሥ ፡ ኮነት ፡ እኅቱ ፡ ለሥዩመ ፡ ተንቤን ። ወትቤሎ ፤ እመ ፡ ይትከሀለከ ፡ ቅትላ ፡ ለሀገሩ ፡ ወአውዕያ ፡ በእሳት ፤ አነኒ ፡ ሀለውኩከ ፡ ቅድመ ፡ ንጉሥ ። ወበእንተዝ ፡ ምክንያት ፡ መጽአ ፡ ለተቃትሎ ። ወፈርሀ ፡ ሥዩመ ፡ መምበርታ ፡ ወጐየ ፡ ኀበ ፡ ዓዘበ ፡ ዘውእቱ ፡ ብሔረ ፡ ጋላ ፡ ወበጽሐ ፡ ወተከለ ፡ ኀይመቶ ፡ ውስተ ፡ ስፍሕት ፡ መርሕብ ፡ ዘከመ ፡ ወግዳ ፡ ወዘከመ ፡ ፍፃ ፡ ወአዱራ ፡ ዘሀለወት ፡ መትሕተ ፡ ቤቱ ፡ ለሕይወት ፡ ብነ ።

[1] Quae sequuntur e Raphaëlis verbis corrupta sunt.

(Fol. 24 v°.) ..... ወእምዝ ፡ ተንሥአ ፡ ጳጳስ ፡ እምትዕይንት ፡ ዘይእቲ ፡ አኵስም ፡ ዓፀደ ፡ መንግሥት ፡ ዘስሙ ፡ ያዕቆብ ፡ [illegible] ፡ ዘውእቱ ፡ እምኍልቆሙ ፡ ለጳጳሳት ፡ ፲ወ፪ ። ወሖረ ፡ ምድረ ፡ ተንቤን ፡ ከመ ፡ ይግበር ፡ በዓሎ ፡ ለሰላማ ፡ አቡሁ ፡ ውስተ ፡ ደብሩ ፡ ዘተሰምየ ፡ እንባ ፡ ከበሮ ፡ ዘየዐርጉ ፡ ወይወርዱ ፡ ባቲ ፡ በሐብል ፡ እስመ ፡ እገዝዝት ፡ ወልዕልት ፡ ደብር ፡ ይእቲ ።

(Fol. 32 r°.) ..... ወተቀበልዋ ፡ ሰብአ ፡ ሀገር ፡ በዐቢይ ፡ ክብካብ ፡ ወብዙኃ ፡ ትፍሥሕት ፡ ወአብኣ ፡ ውስተ ፡ ሠናይት ፡ ጽርሕ ፡ ዘስማ ፡ አደይ ፡ ሳላ ። ...... ዝንቱኒ ፡ ነበረ ፡ በመዋዕሊሁ ፡ ለነገሥት ፡ ጻድቃን ፡ ረምሓይ ፡ ሳይፉይ ፡ ወመዋዕለ ፡ መንግሥቶሙ ፡ ለእለ ፡ ነገሥት ፡ ፳ወ፪ ፡ ዓመት ። ሳይፉይ ፡ ነግሠ ፡ ፱ወ፪ ፡ ዓመተ ፡ ወኮነ ፡ በመዋዕለ ፡ መንግሥቱ ፡ ለሳይፉይ ፡ ዘውእቱ ፡ ፳ወ፰ ፡ ዓመተ ፡ (v°) ሕይወቱ ፡ ተሠይመ ፡ ነሢኦ ፡ ሢመተ ፡ እምኀበ ፡ ንጉሥ ፡ ጳውሎስ ፡ አቡሁ ፡ ለስምዖን ፡ እምተከዜ ፡ እስከ ፡ አርሆ ፡ ኵሎ ፡ በሓውርተ ፡ ዘውእቶሙ ፡ መንበርታ ፡ ወዐጽቢ ፡ ወዳራ ፡ ወጽራዕ ፡ ወእንደርታ ፡ ወሰሐርት ፡ ወተንቤን ፡ ወገራልታ ፡ ወሐውዜን ፡ ወአምባ ፡ ስኒት ፡ እስከ ፡ ጽንፈ ፡ ዓድዋ ። ወኮነ ፡ መዋዕለ ፡ ሢመቱ ፡ ፳ወ፰ ፡ ዓመተ ። ወሤሞ ፡ በካልእ ፡ ዓመት ፡ እምዘነግሠ ፡ ሳይፉይ ። ወበ፳ወሰብዐቱ ፡ ዓመተ ፡ መንግሥቱ ፡ ለሳይፉይ ፡ አዕረፈ ፡ ጳውሎስ ። ወተሠይመ ፡ ህየንተ ፡ አቡሁ ፡ ስምዖን ፡ በእላንቱ ፡ አህጉር ፡ ኵሉ ። ወሞተ ፡ ሳይፉይ ፡ በ፱ወ፪ ፡ ዓመት ፡ እምዘ ፡ ነግሠ ፡ ወነግሠ ፡ እኁሁ ፡ ረምሓይ ፡ ወአጽንዐ ፡ ሢመቶ ፡ ለስምዖን ፡ እስመ ፡ ውእቱ ፡ ያፈቅሮ ፡ እምቅድመ ፡ ይንግሥ ። ወበ፭ ፡ ዓመተ ፡ መንግሥቱ ፡ ለረምሓይ ፡ ወበ፪ ፡ ዓመት ፡ እምዘመጽአት ፡ ሰሎሜ ፡ አዕረፈ ፡ ስምዖን ፡ አቡሁ ፡ ለቶማስ ። ወነሥአ ፡ ሢመቶ ፡ ለስምዖን ፡ ካልእ ፡ መኰንን ፡ ዘስሙ ፡ ወሰን ፡ ሰገድ ፡ ወተአተተ ፡ ሢመት ፡ እምቶማስ ፡ እስመ ፡ ሥርዐታ ፡ ለዛቲ ፡ ዓለም ፡ ከመዝ ፡ ውእቱ ። ወኢሐዘነ ፡ በዝንቱ ፡ ነገር ፡ ቶማስ ፡ አላ ፡ አእኰቶ ፡ ለእግዚአብሔር ፡ ከመ ፡ ኢዮብ ። ወኮነ ፡ ሎቱ ፡ ብዕል ፡ ብዙኃ ፡ ወይሁበሙ ፡ ለነዳያን ፡ ወለምስኪናን ። ትውልድ ፡ እምአዳም ፡ እስከ ፡ ቶማስ ፡ ፯ወ፰ ፤ ወእምዐጋቲ ፡ ወልደ ፡ ሮቤል ፡ አቡሆሙ ፡ ለሠየምት ፡ ትውልድ ፡ እስከ ፡ ቶማስ ፡ ፴ወ፰ ፤ ወበ፳፻ወ፫፻ ፡ እምፍጥረተ ፡ ዓለም ፡ ወበ፲፻ ፡ ወ፬፻ ፡ እምዓመተ ፡ ሥጋዌ ፤ ወበ፱፻ ፡ እምዓመተ ፡ ሰማዕታት ፡ ወበ፫፻ ፡ እመንግሥተ ፡ ተንባላት ።

(Fol. 35 v°.)..... አቡነ ፡ ብሶይ ፡ ትርጓሜሁ ፡ ፀሓይ ። ወአቡነ ፡

[illegible] ፡ አብ ፡ ድልው ። ወአቡነ ፡ አውጊን ፡ ትርጓሜሁኒ ፡ ፀውደ ፡ እግዚአብሔር ። ወአቡነ ፡ [illegible] ፡ ትርጓሜሁኒ ፡ ግዩር ። ወአቡነ ፡ በርሰማ ፡ ትርጓሜሁኒ ፡ ወልደ ፡ ጾም ። ወአቡነ ፡ ዘር[illegible] ፡ ትርጓሜሁኒ ፡ ዘርእ ። ወአቡነ ፡ ድምያኖስ ፡ ትርጓሜሁኒ ፡ ትድምርት ። ፱ ፡ መጽኡ ፡ [illegible] ፡ በፈቃደ ፡ እግዚአብሔር ፡ እንዘ ፡ ይጼዐኑ ፡ ደመና ። ወ፫ ፡ መጽኡ ፡ እምገዳም ፡ ዘስማ ፡ ማዝባ ፡ ዘዕለወት ፡ በማእከለ ፡ ሀገረ ፡ ፀር ፡ ዘስሙ ፡ ጥልጣል ፡ ወማእከለ ፡ ሀገረ ፡ አረሚ ፡ ዘስሙ ፡ ዓዘበ ። እሉ ፡ ፰ ፡ ተንሚኦሙ ፡ እምነ ፡ ሙታን ።

(Fol. 37 r°.) ..... ወሖረ ፡ ቶማስ ፡ ከመ ፡ ይሰአል ፡ ዜና ፡ ጸብእ ፡ እስመ ፡ ገብሩ ፡ ጸብአ ፡ ሥዩመ ፡ ጽራዕ ፡ ወበዓል ፡ ጋዳ ፡ ምስለ ፡ አረሚ ፡ ወከነ ፡ ሎሙ ፡ መዊአ ፡ ወበጽሐ ፡ እስከ ፡ ፍሾ ፡ ወተራከበ ፡ ምስለ ፡ ሥዩማን ።

(Fol. 38 v°.) ..... እምርሑቃን ፡ አህጉር ፡ ዘስሞሙ ፡ ዶባ ፡ ወወፍላ ፡ እለ ፡ ህለዉ ፡ በገበሃ ፡ ለላስታ ፡ ዘውስቴታ ፡ ሐነፀ ፡ መቅደሰ ፡ በአምሳለ ፡ ገነት ፡ ወመንግሥተ ፡ ሰማያት ፡ ጻድቅ ፡ መናኔ ፡ መንግሥት ፡ ወመፍቀሬ ፡ ምጽዋት ፡ ላሊበላ ፡ ትርጓሜሁ ፡ የማን ።

(Fol. 42 v°.) ..... እንዘ ፡ ይጸውዕ ፡ ስመ ፡ አጋንንት ፡ እለ ፡ ዓየር ፡ እለ ፡ ይብልዎሙ ፡ ጴጌሙእ ፡ ዝንቱ ፡ ውእቱ ፡ ዘአስሐተ ፡ ኵሎ ፡ ደቂቀ ፡ ሴት ፡ ወአውረዶሙ ፡ እምደብረ ፡ አርሞን ፡ ወረሰዮሙ ፡ ፩ ፡ ምስሌ ፡ አዋልደ ፡ ቃየል ፡ ወካልኡኒ ፡ ጋድርኤል ፡ ዝንቱ ፡ ውእቱ ፡ ዘአስሐታ ፡ ለሔዋን ፡ ወሣልሱ ፡ አስብዔል ፡ ዝንቱ ፡ ውእቱ ፡ ዘመሀሮ ፡ ቀቲለ ፡ ነፍስ ፡ ለቃየል ፡ ወራብዑ ፡ ይቆን ፡ ዝንቱ ፡ ውእቱ ፡ ዘአትረፎ ፡ ለቋዕ ፡ ከመ ፡ ኢያግብእ ፡ መልእክቶ ፡ ኀበ ፡ ኖኅ ፡ ወኃምሱ ፡ ክስድያዕ ፡ ዝንቱ ፡ ውእቱ ፡ ዘመሀሮ ፡ ለአርዌ ፡ [illegible]እለ ፡ ይጼውዖሙ ፡ ዝንቱ ፡ ቆጵሮያኖስ ፡ ፩፻ ፡ በኍልቆ ።

(Fol. 49 v°.) ..... ወእመ ፡ ወረቀ ፡ ወርኀ ፡ ታኅሣሥ ፡ ዘውእቱ ፡ ነሐሴ ፡ ሖረት ፡ ውስተ ፡ ቤተ ፡ ክርስቲያን ፡ ዘተሐንፀት ፡ በስሙ ፡ እግዝእትነ ፡ ቅድስት ፡ ድንግል ፡ በ፪ማርያም ፡ ወላዲተ ፡ አምላክ ፡ በመካን ፡ ዘስማ ፡ ደበሾን ፡ አንተ ፡ ቅርብት ፡ ለትዕይንት ፡ ዘስማ ፡ ሐይቅ ፡ መስሐል ፡ ዘይትመሐፀኑ ፡ ባቲ ፡ ኵሎሙ ፡ ክርስቲያን ፡ ወይስእሉ ፡ ኀቤሃ ፡ በልብ ፡ ምቡዕ ፡ ወበሃይማኖት ፡ ርቱዕ ።

(Fol. 80 v°.) ..... ወዝንቱ ፡ ኮነ ፡ በመንግሥተ ፡ ዛጔ ፡ እመ ፡ ተኀይደት ፡ መንግሥት ፡ እምእደ ፡ ድልንዓድ ፡ ወልደ ፡ ዳዊት ፡ ወተመይጠት ፡ መንግሥት ፡ ወነግሠ ፡ ይኩኖ ፡ አምላክ ፡ ወልደ ፡ ዳዊት ።

(Fol. 88 r°.) ..... ቂርቆስ ፤ ሴሲ ፤ አበሊ ፤ ዮሐንስ ፡ ክማ ፤ አውሳብዮስ ፤ ማርቆስ ፤ መድኀኒነ ፡ እግዚእ ፤ ቴዎድሮስ ፤ አባ ፡ ኄር ፤ ናቡቴ ፤ ተክለ ፡ እግዚእ ፡ ወፀሓዩ ፡ (v°) ልዳ ፤ እሉ ፡ እሙንቱ ፡ እለ ፡ ነአምር ፡ አስማቲሆሙ ፡ ረኪበነ ፡ እመጻሕፍተ ፡ ድርሳኖሙ ።

(Fol. 88 v°.) ..... ወአንበበ ፡ ኖኀያተ ፡ ፊደል ፡ በከመ ፡ ተምህረ ፡ ቅድመ ፡ እምቀዳማዊ ፡ ፊደል ፡ እስከ ፡ ፍጻሜሃ ፡ እንዘ ፡ ኢይስሕት ፡ ፳ ፡ ኍልቄ ፡ ፊደላት ፡ እምግዕዝ ፡ እስከ ፡ ሳብዕ ። ..... [ወእምድኀረዝ ፡ ተምህረ ፡] ስብሐታተ ፤ ማሕሌተ ፡ ዘተሰርዐ ፡ ወዘተአዘዘ ፡ በአፈ ፡ ሊቃውንት ፡ ዘኢትዮጵያ ፡ ዘውእቶሙ ፡ መዝሙረ ፡ ዳዊት ፡ ወቃለ ፡ ወንጌላውያን ፡ ማቴዎስ ፡ ወማርቆስ ፡ ወሉቃስ ፡ ወዮሐንስ ፤ ወማሕሌተ ፡ ያሬድ ፡ መንፈሳዊ ፤ ንኡስ ፡ መጽሐፈ ፡ ሐዋርያ ፡ ዘውእቱ ፡ መጽሐፉ ፡ ለዮሐንስ ፡ ወልደ ፡ ዘብዴዎስ ፡ ወጢኖ ፡ እምነ ፡ ዘይብል ፡ ንዜንወክሙ ፡ በእንተ ፡ ውእቱ ፡ ዘሀሎ ፡ እምቅድም ፡ እስከ ፡ ኀበ ፡ ይብል ፡ ወደሙ ፡ ኢየሱስ ፡ ክርስቶስ ፡ ያነጽሐነ ፡ እምኵሉ ፡ ኀጣውኢነ ፤ መጽሐፈ ፡ ሐዋርያ ፡ ዘውእቱ ፡ መልእክ (Fol. 89 r°.) ታቲሁ ፡ ለጴጥሮስ ፡ ቀዳማዊ ፡ ወዳግማዊ ፡ ወመልእክታቲሁ ፡ ለዮሐንስ ፡ ቀዳሚት ፡ ወዳግሚት ፡ ወሣልሲት ፡ ወመልእክተ ፡ ያዕቆብ ፡ እሐተ ፡ ወመልእክተ ፡ ይሁዳ ። መጽሐፈ ፡ ራእዩ ፡ ለዮሐንስ ፡ አቡቀለምሲስ ። መጽሐፈ ፡ ግብረ ፡ ልኡካን ፡ ዝንቱ ፡ ውእቱ ፡ ዜና ፡ ሐዋርያት ፡ ንጹሓን ፡ ዘጸሐፎ ፡ ሉቃስ ፡ ወንጌላዊ ። ፲ወ፬ ፡ መልእክታተ ፡ ጳውሎስ ። ፬ ፡ ወንጌላት ። መጽሐፈ ፡ ሐዋርያ ፡ ዘውእቶሙ ፡ ሲኖዶስ ፡ ወዲዲስቅልያ ። መጽሐፈ ፡ ኪዳን ፡ ዘመሀሮሙ ፡ እግዚእነ ፡ ኢየሱስ ፡ ክርስቶስ ፡ ለሐዋርያቲሁ ፡ ቅዱሳን ፡ ድኅረ ፡ ተንሥአ ፡ እሙታን ። መጽሐፈ ፡ ሄኖክ ። መጽሐፈ ፡ ኢዮብ ። መጽሐፈ ፡ ኦሪት ፡ ዘልደት ፡ ዘፀአት ፡ ዘሌዋውያን ፡ ዘኍልቍ ፡ ዘዳግም ፡ ሕግ ። ፰ ፡ ኦሪት ፡ ዘኢያሱ ፡ ዘመሳፍንት ፡ ዘሩት ። መጽሐፈ ፡ ኩፋሌ ፡ ዘተከፍለ ፡ እምኦሪት ። ፬ ፡ መጽሐፈ ፡ ነገሥት ፡ ዘይብል ፡ [illegible] ። ፬ ፡ መጽሐፈ ፡ ዘውእቶሙ ፡ ኢሳይያስ ፡ ኤርምያስ ፡ ሕዝቅኤል ፡ ዳንኤል ። ፭ ፡ መጽሐፈ ፡ ሰሎሞን ፡ ዘውእቶሙ ፡ ምሳሌ ፡ ወተግሣጽ ፡ መክብብ ፡ ወጥበብ ፡ ወመኃልየ ፡ መኃልይ ። ፲ወ፪ ፡ መጻሕፍቲሆሙ ፡ ለደቂቀ ፡ ነቢያት ። ሲራክ ፤ ሱቱኤል ፡ ዕዝራ ፡ ወካልእ ፡ ዕዝራ ። ፪ ፡ መጽሐፈ ፡

ኀጼጻን ፡ ዘውእቶሙ ፡ ትሩፋተ ፡ ነገሥት ። ወ፫ ፡ መጽሐፈ ፡ መቃብያን ።

(Fol. 93 v°.) ..... ዘከመ ፡ ሖረ ፡ ኀበ ፡ ጳጳስ ፡ ዘስሙ ፡ ወልደ ፡ ጴጥሮስ ፡ እልቀብቀሊስ ፡ በጸጋ ፡ እንዘ ፡ ሀለወት ፡ መንግሥት ፡ በብሔረ ፡ ሸዋ ፡ ወትዕይንትኒ ፡ ስማ ፡ ኤረር ፡ ወእንዘ ፡ ነገሥታቲነ ፡ ቅድመ ፡ አስገድ ፡ ሕዝብ ፡ አስገድ ፡ ጽንፍ ፡ አርዓድ ፡ እሉ ፡ ነግሡ ፡ ፳ተ ፡ ዓመተ ፡ በበእብሬቶሙ ። ወእምዝ ፡ ወፅአ ፡ መርቆሬዎስ ፡ እምገዳመ ፡ ቃሔን ፡ .....

(Fol. 94 v°.) ..... ወተንሥኡ ፡ ወበጽሑ ፡ ውስተ ፡ ፈለግ ፡ ዘስሙ ፡ ባሽሎ ፡ ወኀደሩ ፡ ውስተ ፡ ጽንፉ ፡ ወበጽባሕ ፡ ዐደዉ ፡ ፈለገ ፡ ባሽሎ ፡ ወበጽሑ ፡ ምድረ ፡ አምሐራ ፡ ወኀደሩ ፡ በመለክ ፡ ሳንቃ ፡ ወእምዝ ፡ ተንሥኡ ፡ ወሖሩ ፡ ውስተ ፡ ምድረ ፡ ትሎማ ፡ ወአሰንበቱ ፡ ወበ፩ ፡ ወርኀ ፡ እምዘ ፡ ተንሥኡ ፡ በጽሑ ፡ ምድረ ፡ ሸዋ ፡ ወቦኡ ፡ ውስተ ፡ ትዕይንት ፡ ዘስማ ፡ ኤረር ፡ እንዘ ፡ ንጉሥ ፡ ጽንፍ ፡ አርዓድ ፡ ወርእሰ ፡ ሰራዊት ፡ ድልነዓድ ፡ ወንግሥት ፡ ብእሲተ ፡ ንጉሥ ፡ ድል ፡ ሞገሳ ፡ ወወርኁ ፡ ዘበጽሑ ፡ ቦቱ ፡ ወርኀ ፡ የካቲት ።

(Fol. 99 v°.) ..... እስመ ፡ ውእቱ ፡ ኀደረ ፡ በዛቲ ፡ ዕለት ፡ ለተማክሮ ፡ ምስለ ፡ ጳጳስ ፡ ከመ ፡ ይፈንዉ ፡ ሊቀ ፡ ካህናት ፡ ፩ ፡ ውስተ ፡ ምድረ ፡ አምሐራ ።

(Fol. 100 v°.) ..... መጽሐፈ ፡ ሥርዓቶመ ፡ [= ለ፫፻፲፰ ፡ ርቱዓነ ፡ ሃይማኖት ፡] ዘይሰመይ ፡ ፍትሐ ፡ ነገሥት ፡ ዘሀሎ ፡ ውስቴቱ ፡ ፍትሕ ፡ ሥጋዊ ፡ ወፍትሕ ፡ መንፈሳዊ ፡ ወአስማቲሁ ፡ እሉ ፡ እሙንቱ ፡ ተጥላስ ፡ ዝውእቱ ፡ ብሂል ፡ ዘተቀድሐ ፡ እምሲኖዶስ ፡ ወዳግማይ ፡ ስሙ ፡ መከ ፡ ዝውእቱ ፡ ብሂል ፡ ፍትሐ ፡ ነገሥት ፡ ዳግም ፡ ወሣልሳይ ፡ ስሙ ፡ መግ ፡ ዝውእቱ ፡ ብሂል ፡ ፍትሐ ፡ ነገሥት ፡ ሣ (Fol. 101 r°.) ልስ ፡ ወራብዕ ፡ ስሙ ፡ መጅ ፡ ዝውእቱ ፡ ፍትሐ ፡ ነገሥት ፡ ራብዕ ።

(Fol. .....) ወይእቲ ፡ ደብር ፡ ዘሀለወት ፡ በጥቃሃ ፡ ለትዕይንተ ፡ መኳንንት ፡ ሕንጣሎ ፡ ወበአንጻሪሃ ፡ ሀለወት ፡ ደብረ ፡ አባ ፡ ሳሙኤል ፡ ጻድቅ ፡ ዘስማ ፡ መረዳ ፡ ዘአከ ፡ ሳሙኤል ፡ ዘዋልድባ ።

(Fol. .....) ወእመ ፡ ይመነኵስ ፡ መርቆሬዎስ ፡ በእዴሁ ፡ ለአቡ

ን ፡ ኤዎስጣቴዎስ ፡ ፴ወ፫ቱ ፡ ሎቱ ፡ ዓመቱ ፡ እምዘተወልደ ፡ ወይእቲ ፡ ራብዒት ፡ ዓመተ ፡ መንግሥቱ ፡ ለዐምደ ፡ ጽዮን ፡ ንጉሥ ፡ ጻድቅ ፡ ዘስመ ፡ መንግሥቱ ፡ መብረቅ ፡ ሰገድ ፡ ርቱዐ ፡ ሃይማኖት ።

(Fol. . . . . .) . . . ሖረ ፡ [ኤዎስጣቴዎስ ፡] ውስተ ፡ ሀገር ፡ ካልእት ፡ እምአህጉራተ ፡ ትግሬ ፡ ዘስማ ፡ ላስታ ፡ ወአትለዎ ፡ ለአብሳዲ ፡ ወልዱ ፡ ባሕቲቱ ፡ ለተራክቦ ፡ ምስለ ፡ አቡነ ፡ ጌርሎስ ፡ ዘሀለወ ፡ ውስተ ፡ አሐቲ ፡ ደብር ፡ እንተ ፡ ስማ ፡ ግብጻዊት ፡ ወይእቲ ፡ ደብር ፡ ሀለወት ፡ ማእከሌሆሙ ፡ ለአረሚ ፡ ዘአህጉሪሆሙ ፡ ዶባ ፡ ወወፍላ ፡ ወምእመናንኒ ፡ ጥቀ ፡ ውኁዳን ፡ በእማንቱ ፡ መዋዕል ።

(Fol. . . . . .) ወአህጉሪሆሙኒ ፡ ለእሙንቱ ፡ ሰብእ ፡ እለ ፡ መጽኡ ፡ ይርአይዎ ፡ ለሰይጣን ፡ ዘስቁል ፡ ፡ በነፍስ ፡ እለ ፡ እማንቱ ፤ ብሔረ ፡ ዋጅራት ፤ ወትዕይንትኒ ፡ ዐባይ ፡ ሕንጣሎ ፤ ወብሔረ ፡ መረዳ ፤ ወብሔረ ፡ ሰሐርት ፡ እስከ ፡ አድያሚሃ ፡ ለተንቤን ፡ ወእስከ ፡ ጽንፉ ፡ ለላስታ ፡ ወእስከ ፡ ጽንፉ ፡ ለእንደርታ ።

(Fol. 143 v°.) . . . . . ዘውእቶሙ ፡ ሲኖዶስ ፡ ወዲድስቅልያ ፡ ዳዊት ፡ ወ፰ ፡ ወንጌላት ፡ ወ፰ ፡ ሐዲሳት ፡ ወመጻሕፍተ ፡ ጸሎትሂ ፡ ዘውእቶሙ ፡ ውዳሴ ፡ አምላክ ፡ ዘ፯ ፡ ዕለታት ፡ ወስምዖን ፡ ዘዐምድ ፡ ወመጻሕፍተ ፡ ጸሎት ፡ ዘአበዊነ ፡ ግብጻውያን ።

(Fol. 149 v°.) ወዐደወ ፡ ፈለገ ፡ ዘስሙ ፡ ግባ ፡ ወበጽሐ ፡ ውስተ ፡ ሀገር ፡ ዘስሙ ፡ አበርገሌ ፡ ዘሀለወ ፡ በጽንፈ ፡ ተከዚ ፡ ወለውእቱ ፡ ሀገር ፡ እኩያን ፡ ጥቀ ፡ ሰብአ ፡ ዚአሃ ፡ ወኢያፈቅሩ ፡ አናግደ ፡ ወሶበ ፡ ይሬእዩ (*sic!*) ፡ መነከሰ ፡ ይመስሎሙ ፡ አርዌ ፡ ዘይበልዕ ፡ ሰብአ ።

(Fol. . . . . .) . . . ደብረ ፡ ጰንጣሌዎን ፡ ዘሀለወት ፡ በጥቃ ፡ አኵስም ፡ ዘትሰመይ ፡ ዓፀበ ፡ ወበአ ፡ ኀበ ፡ አበ ፡ ምኔት ፡ ዘስሙ ፡ ዘኢየሱስ ።

(Fol. 157 r°.) ወሶበ ፡ ሰምዑ ፡ ዘንተ ፡ ቃለ ፡ ምዕዳን ፡ እምአፉሁ ፡ ለአቡነ ፡ መርቆሬዎስ ፡ ይቤሉ ፡ በኅብረት ፤ ኦሆ ፡ ንገብር ፡ ኵሎ ፡ ዘአዘዝከነ ፡ ወይኩነነ ፡ ሥርዐተ ፡ ለነ ፡ ወለውሉድነ ። ወአጽንዕዋ ፡ ለይእቲ ፡ ሥርዐት ፡ እሉ ፡ ትውልድ ፡ እስከ ፡ ጊዜ ፡ ሞቶሙ ፡ ወውሉድ ፡ ዘተንሥኡ ፡ እምድኅሬሆሙ ፡ ገደፍዋ ፡ ወመነንዋ ፡ ለዛቲ ፡ ሥርዐት ፡ እስከ ፡ ኀለቁ ፡ ወሞቱ ፡ በብድብድ ።

ደረሰ ፡ ያሬድ ፡ ሥርዐተ ፡ መዝሙር ፡ ዘዓመት ፡ በበመትልው ፡ ወበበሥርዐቱ ፡ ወዳግመ ፡ ሐነጻ ፡ ለደብረ ፡ አባ ፡ አረጋዊ ፡ ዘስማ ፡ ዳሞ ፡ ውእቱ ፡ ገብረ ፡ መስቀል ፡ ለባሴ ፡ እግዚአብሔር ፡ ወጸናጽለ ፡ ዘወርቅ ፡ ወዘብሩር ። ወተርፈ ፡ ማሕሌት ፡ ዘይከውን ፡ በእንተ ፡ ክብራ ፡ ለጽዮን ፡ ሰማያዊ ፡ ወአልበ ፡ ዘተርፈ ፡ ውሣጤ ፡ ቤተ ፡ ክርስቲያን ፡ ወውሣጤ ፡ ቅጽር ፡ እንበለ ፡ ፲ወ፪ ፡ ልኡካን ፡ እለ ፡ ይቄርቡ ፡ ቍርባነ ፡ እስመ ፡ ወረዱ ፡ (Fol. 178 rº.) ዐቃቢ ፡ ወዲያቆን ፡ ውስተ ፡ ቤተ ፡ ልሔም ፡ ወበጽሐ ፡ ሥርዐተ ፡ ቍርባን ፡ በሕጉ ፡ ወሥርዐቱ ፡ በከመ ፡ አዘዙ ፡ አበዊነ ፡ ሐዋርያት ፡ በሲኖዶስሙ ፡ ወ… ፡ ድኩማን ፡ ወዝጉሓን ፡ ወፈላስያን ፡ እለ ፡ ይለብሱ ፡ ዘብድወ ፡ ጠሊ ፡ … ፡ ልብሰ ፡ ደኅዕሴ ፡ ወልብሰ ፡ አነዳ ፡ እለ ፡ ይነብሩ ፡ ገቢሮሙ ፡ ምጽላለ ፡ በሥርወ ፡ አውልዕ ፡ ወበሥርወ ፡ ጳውቄና ፡ ወበጥቃ ፡ ቅጽረ ፡ ቤተ ፡ ክርስቲያን ፡ ወበታሕተ ፡ እብን ፡ ዐቢይ ፡ ዘተኬነዋ ፡ ሰይጣን ፡ አቡሃ ፡ ለሐሰት ፡ ወጸረ ፡ ኵሉ ፡ እኂለ ፡ እመሕያው ፡ እምቅድመ ፡ ትምጻእ ፡ ታቦተ ፡ አምላከ ፡ እስራኤል ፡ ጽዮን ፡ ሰማያዊት ። ወሰበ ፡ ሰምዐ ፡ ዜና ፡ ምጽአታ ፡ እምርሑቅ ፡ መጠነ ፡ ፩ ፡ ወርኅ ፡ የአክል ፡ ምሕዋረ ፡ ፍኖቱ ፡ ደንገፀ ፡ ሰይጣን ፡ ወይቤ ፤ ኢይነብር ፡ ውስተ ፡ ዛቲ ፡ መካነ ፡ ሶም ፤ እስመ ፡ ዕንቈ ፡ ሰቀለ ፡ ማእከሌሃ ፡ ከመ ፡ ይብልዎ ፡ አምላከ ፡ ብርሃን ፡ እለ ፡ ርእዩ ፡ ዘንተ ፡ ሶመ ። ወፍካሬሁኒ ፡ ለሶም ፡ ዕንቍ ፡ ብሂል ። ወበእንተዝ ፡ ተሰምየ ፡ ስማ ፡ ለይእቲ ፡ ሀገር ፡ አኵስም ፡ እስመ ፡ ትርጓሜሃ ፡ ለአኵስም ፡ መካነ ፡ ስም ፡ ብሂል ፡ ዘውእቱ ፡ መካነ ፡ ዕንቍ ፡ ብሂል ፡ በእንተ ፡ ሰቀለ ፡ ሶመ ፡ ሰይጣን ፡ ማእከለ ፡ መቅደስ ፡ ዘሐነጻ ፡ ከመ ፡ ይትበሀል ፡ ገባሬ ፡ ብርሃናት ። ወቅድመሰ ፡ ስማ ፡ ለይእቲ ፡ ሀገር ፡ ዓጸበ ። ወዘንተ ፡ብሂሎ ፡ ዝኩ ፡ ሰይጣን ፡ ሰበራ ፡ ለይእቲ ፡ ሶም ፡ ዘሰቀለ ፡ ማእከለ ፡ ሕንጻ ፡ ዘሐነጻ ፡ በኪኑ ፡ ለአስሕቶ ፡ ኵሉ ፡ ፍጥረት ። ወተንሥአ ፡ ወሖረ ፡ ሀገረ ፡ መካ ፡ ዘይእቲ ፡ ጅዳ ፡ ዘወድቀ ፡ ባቲ ፡ ቅድመ ፡ ዲያብሎስ ፡ ሊቁ ፡ ከመ ፡ ይባርክ ፡ ኪያሃ ፡ መካነ ፡ ለመሐመድ ፡ ወልዱ ፡ ወዝኩኒ ፡ ሰይጣን ፡ ፩ ፡ እምሐራሁ ፡ ለዲያብሎስ ፡ ነበረ ፡ ውስተ ፡ ይእቲ ፡ መካን ፡ እንዘ ፡ ያስተሜኒ ፡ ኪያሃ ፡ መካነ ፡ ለመሐመድ ፡ ወልዱ ፡ እስከ ፡ አስተርአየ ፡ መሐመድ ። ወሰበ ፡ አስሐቶ ፡ ለመሐመድ ፡ ወሀበ ፡ ኪያሃ ፡ ትኩኖ ፡ ማዕለልተ ፡ ሎቱ ፡ ወውሉዱ ፡ እስከ ፡ ይእዜ ። ወእምዝ ፡ ሖረ ፡ ውስተ ፡ ምድረ ፡ ሸዋ ፡ ወነበረ ፡ ውስተ ፡ ምድረ ፡ ሸዋ ፡ እንዘ ፡ ያስሕት ፡ ኵሎ ፡ ሰብአ ፡ ምድረ ፡ ሸዋ ። ወለአቡነኒ ፡ ተክለ ፡ ሃይማኖት ፡ ርሕቀ ፡ እምኔሁ ፡ በመዋዕለ ፡ ስብከቱ ፡ ወእምሠጠ ፡ ሐዊሮ ፡ ምድረ ፡ ዓደል ። ወእምድኅረ ፡ ዕረፍቱ ፡ ለአቡነ ፡ ተክለ ፡ ሃይማኖት ፡ ተመይጠ ፡ (vº) ውስተ ፡

ምድረ ፡ ሸዋ ፡ ወኢያንከሮሙ ፡ ወኢፈርሆሙ ፡ ጥቀ ፡ ለውሉደ ፡ አቡነ ፡ ተክለ ፡ ሃይማኖት ፡ ወነበረ ፡ በአስሐቶ ። ወሶበ ፡ ሖረ ፡ አቡነ ፡ መርቆሬዎስ ፡ ለነሢአ ፡ ሢመተ ፡ ክህነት ፡ ብሔረ ፡ ሸዋ ፡ ረከበ ፡ ለዝኩ ፡ ሰይጣን ፡ እንዘ ፡ ያስሕት ፡ ኵሎ ፡ ሰብአ ፡ ምድረ ፡ ሸዋ ፡ ወሰቀሎ ፡ አቡነ ፡ መርቆሬዎስ ፡ ማእከለ ፡ ትዕይንት ። ወእምዝ ፡ አውረዶ ፡ እምስቅለት ፡ ወአውደቆ ፡ ውስተ ፡ ማዕምቅ ፡ ዐቢይ ፡ እንዘ ፡ ይብሎ ፤ ንበር ፡ እስከ ፡ ዳግም ፡ ምጽአቱ ፡ ለእግዚእነ ፡ ኢየሱስ ፡ ክርስቶስ ። ወተመይጠ ፡ ብሔሮ ፡ አቡነ ፡ መርቆሬዎስ ። ወዘተርፈሰ ፡ ዜና ፡ መንክራቲሁ ፡ ዘገብረ ፡ በምድረ ፡ ሸዋ ፡ አቡነ ፡ መርቆሬዎስ ፡ ናሁ ፡ ጸሐፍነ ፡.....

(Fol. 191 v°.) ወይእቲ ፡ ገዳም ፡ ጽንዕት ፡ ጥቀ ፡ ወጽኑዕ ፡ ሐኑራ ፡ ወቦ ፡ ውስቴታ ፡ ግብ ፡ ዐቢይ ፡ ወስፉሕ ፡ ውሥጡ ፡ ወቦ ፡ ፍኖት ፡ ውሥጥ ፡ ለውሥጥ ፡ ዘያሐውር ፡ ወያበጽሕ ፡ እስከ ፡ አኵስም ።

(Fol. 196 r°.) ወእምዝ ፡ አልበሶሙ ፡ አልባሰ ፡ ምንኵስና ፡ ለአቡነ ፡ ዘካርያስ ፡ ዘቀርነ ፡ አንበዛ ፡ ወለተክስተ ፡ ብርሃን ፡ ዘኮስያት ፡ ወለያዕቆብ ፡ ዘጎድባር ። ወዘካርያስ ፡ ወለዶ ፡ ለገብረ ፡ ክርስቶስ ፡ ወገብረ ፡ ክርስቶስ ፡ ወለዶ ፡ ለጳኩሚስ ፡ ወጳኩሚስ ፡ ወለዶ ፡ ለአቡነ ፡ ተስፉ ፡ ሐዋርያት ፡ ዘዋልድባ ።

(Fol. 197 v°.) ..... ንትመየጥ ፡ ኀበ ፡ ዘቀዳሚ ፡ ነገርነ ፡ እንዘ ፡ ንብል ። ለአቡነ ፡ ገብር ፡ ኄር ፡ ሀገረ ፡ ልደቱ ፡ ወምድረ ፡ ሙላዱ ፡ ትሰመይ ፡ ኳኊላ ፡ ወለአቡነ ፡ ዘካርያስ ፡ ሀገረ ፡ ልደቱ ፡ ወምድረ ፡ ሙላዱ ፡ ትሰመይ ፡ አምባ ፡ ጕዳ ፡ ወይእቲ ፡ ሀገር ፡ ቅርብት ፡ ለሀገር ፡ እንተ ፡ ስማ ፡ ኳኵላ ። ወዝንቱ ፡ ኵሉ ፡ ዘኮነ ፡ በገዳመ ፡ ጎረሳ ፡ ዘይትበሀሉ ፡ አድዋሊሃ ፡ ወቅሩባኒሃ ፡ አህጕር ፡ ፈልፈሊት ፡ ወቃግማ ፡ አምባ ፡ ኳኊላ ፡ ወኳኵላ ፡ ወአምባ ፡ ጕዳ ፡ ወበምልኡሰ ፡ ይትበሀል ፡ እምተከዚ ፡ እስከ ፡ መረብ ፡ ሀገረ ፡ ስሬ ።

(*Ibid.*) ... ወሰምዐ ፡ አቡነ ፡ መርቆሬዎስ ፡ እንዘ ፡ ሀሎ ፡ በገዳመ ፡ ጎረሳ ፡ ከመ ፡ ሀሎ ፡ አቡሁ ፡ አባ ፡ ኤዎስጣቴዎስ ፡ በገዳመ ፡ በራቂት ፡ ዘሀለወት ፡ በማእከለ ፡ ሀገር ፡ ዘስማ ፡ ቈሐይን ፡ (Fol. 198 r°.) ወሖረ ፡ ላዕለ ፡ ላዕለ ፡ ወዘይሬእይዎ ፡ ኀለፍተ ፡ ፍኖት ፡ ይመስሎሙ ፡ ደመና ፡ ዘተጠብለለ ፡ በነፋስ ፡ ዘስሙ ፡ ጠሮ ፡ ወይብልዎ ፡ ኵሉ ፡ ኀለፍተ ፡ ፍኖት ፡ መንፈቆሙ ፡ ለመንፈቆሙ ፤ ርኢክሙኑ ፡ ዘንተ ፡ ጠሮ ፡ ዘኮነ ፡

ይ ። ወሰምዐት ፡ ብእሲቱ ፡ አንኆሣ (?) ፡ ከመ ፡ ደወየ ፡ ምታ ፡ ንጉሥን ፡ ወመጽአት ፡ ምስለ ፡ እሙንቱ ፡ መላእክት ፡ ዱበኒ ፡ ፅዲና ፡ በብዙኃን ፡ አእዱግ ፡ እክለ ፡ ብዙኅ ፡ ወ (Fol. 226 r°.) መዓረ ፡ ወቅብዐ ፡ ወዘይት ፡ ወበጽሐት ፡ ኀበ ፡ ምታ ፡ ንጉሥን ። ወእሙንቱኒ ፡ መላእክት ፡ ዱበኒ ፡ ርእዩ ፡ ጽንዐ ፡ ደዌሁ ፡ ወሐዘኑ ፡ ወተመይጡ ፡ ብሔሮሙ ፡ ምስለ ፡ ሰራዊት ። ወነበረ ፡ ንጉሥን ፡ ውስተ ፡ ዝንቱ ፡ ሕማም ፡ ፲ ፡ አውራኀ ፡ ወንጉሥኒ ፡ ይፌኑ ፡ ላእካነ ፡ ኀቤሁ ፡ እንዘ ፡ ይብል ፤ ተፈወስከኑ ፡ ወጥዒና ፡ ረከብከኑ ፡ ወኀየስከኑ ፡ ኅዳጠ ፡ ሕማም ፡ ወአቅለለኑ ፡ እግዚአብሔር ፡ ለከ ፡ ክበደ ፡ ሕማም ። ወእምድኅረ ፡ ፲ ፡ አውራኅ ፡ ተፈወሰ ፡ ወረከበ ፡ ጥዒና ፡ ወኮነ ፡ ጥዑየ ፡ ወሕያወ ፡ ከመ ፡ ቀዳሚ ፡ ወተመይጠ ፡ ኵሉ ፡ መልክኡ ፡ ወኵሉ ፡ ኀይል ፡ ዘቀዳሚ ፡ ወእለ ፡ ይመጽኡ ፡ ሰብእ ፡ እምርሑቅ ፡ ይርአይዎ ፡ አመ ፡ ደዌሁ ፡ ሰመይዋ ፡ ለይእቲ ፡ ገዳም ፡ በስመ ፡ ንጉሥን ፡ ዐድ ፡ ንግሣ ፡ ወበእንተዝ ፡ ተሰምየት ፡ በመዋዕለ ፡ ፰ ፡ ነገሥት ፡ እለ ፡ ነግሡ ፡ እምድኅሬሁ ፡ ዐድ ፡ ንግሣ ።

(Fol. 234 v°.) ገዳም ፡ ዘይእቲ ፡ ፀይለላ ፡ ኢትመስል ፡ ካልእተ ፡ አላ ፡ ገዳምከ ፡ ይእቲ ፡ ወትርጓሜሃኒ ፡ ለፀይለላ ፡ እማን ፡ ፀሓያ ፡ አንተ ፡ ለዛቲ ፡ ገዳም ፡ በሕይወትከ ፡ ወሞትከ ።

(Fol. 236 v°.) . . . . . ሀሎ ፡ በውስቴታ ፡ ፭ ፡ ብእሲ ፡ ዘስሙ ፡ ሐረስፎሲ ፡ ወስመ ፡ ብእሲቱ ፡ አድለክልያ ፡ ወደቂቁኒ ፡ ፲ወ፪ ፡ በኍልቈ ፡ ደቂቀ ፡ ለያዕቆብ ። . . . . . ወዝንቱኒ ፡ ሐረስፎሲ ፡ ነበረ ፡ አመ ፡ መንግሥተ ፡ ዛኳ ፡ ወኀያል ፡ ውእቱ ፡ እምንእሱ ፡ ወአልበ ፡ ወሬዛ ፡ ዘከማሁ ፡ በመዋዕሊሁ ። ወአመ ፡ ወርኀ ፡ ማእረር ፡ ወፈሩ ፡ ውስተ ፡ ገራህት ፡ ብእሲቱ ፡ ወውሉዱ ፡ ወአግብርቲሁ ፡ ከመ ፡ ይትገበሩ ፡ ግብረ ፡ ገራህት ፡ ዘውእቶሙ ፡ ዐጺደ ፡ ሥርናይ ፡ ወሰገም ፡ ወአስተጋብአ ፡ ክልስስት ፡ ወወጥሐ ፡ ወሐንከ ፡ ማእከለ ፡ ምድር ፡ ሠናይት ። ወተርፈ ፡ ውእቱ ፡ ውስተ ፡ ቤት ፡ ሰትዮ ፡ ቅብዐ ፡ ላህም ፡ ምስለ ፡ መዓር ። ወእንዘ ፡ ሀሎ ፡ ይትመወቅ ፡ ፀሓየ ፡ በአንቀጸ ፡ ቤት ፡ ላዕለ ፡ ዐራት ፡ ሐፂር ፡ አንበሮ ፡ ዘርቤተ ፡ ወላዕለ ፡ ዘርቤት ፡ አንዳ ፡ ላህም ፡ እስመ ፡ ውእቱ ፡ ባዕል ፡ ከመ ፡ ዐቅሙ ፡ መጽአ ፡ ንዋም ፡ ላዕሌሁ ፡ ወኖመ ፡ ወንኀረ ። ወሰሚዖ ፡ ድምፀ ፡ ንኅሩ ፡ መጽአ ፡ አንበሳ ፡ እምገዳም ፡ ወሰረረ ፡ ላዕለ ፡ ክሳዱ ፡ ወአኀዘ ፡ ክሳዶ ፡ ወውእቱኒ ፡ ነቅሐ ፡ ወአኀዘ ፡ ጕርዔሁ ፡ ወሐነቆ ፡ ወቀተሎ ፡ ወተቃተሉ ፡ በበይናቲሆሙ ፡ አንበሳ ፡ ወሐረስፎሲ ። ወመጽኡ ፡ ጊዜ ፡ ሰርክ ፡ ብእሲቱ ፡ ወውሉዱ ፡ ወአግብርቲሁ ፡ ወረከብዎ ፡ ለአንበሳ ፡ ውዱቀ ፡ በለፌ ፡ ወለውእቱኒ ፡ ረከብዎ ፡ ውዱቀ ፡ ታ

ሐተ ፡ ዝንቱ ፡ ዐሬት ፡ ሐፂር ፡ እንዘ ፡ ሥጡጥ ፡ ከርሡ ፡ ወዘሰትየ ፡ ቅብዕ ፡ ምስለ ፡ መዓር ፡ ክዕው ፡ ውስተ ፡ ምድር ። ወአምጽአት ፡ ብእሲቱ ፡ ቀሡተ ፡ ወዓዲ ፡ መቅፁተ ፡ ዐባየ ፡ ወአንበረት ፡ ላዕለ ፡ (Fol. 237 rº.) መንበር ፡ መቅፁተ ፡ ወአንደደት ፡ እሳተ ፡ መትሕቴሁ ፡ ወሰጠት ፡ ቅብዐ ፡ ወመዓረ ፡ ዘተክዕወ ፡ እምከርሡ ፡ ለምታ ፡ ዘቀተሎ ፡ አንበሳ ፡ ወአፍልሐቶ ፡ በእሳት ፡ ወአጽረየቶ ፡ ወከነ ፡ ከመ ፡ ቀዳሚ ፡ ውጕዐ ፡ ቅብዐ ፡ ወጽሩየ ፡ መዓረ ፡ ወቀድሐት ፡ በቀሡት ፡ ወመልአ ፡ ፪ ፡ ቀሡታተ ፡ እንዘ ፡ ይብላ ፡ ዝንቱ ፡ ምታ ፡ በሕይወቱ ፡ እንዘ ፡ ሀሎ ፤ ሶበ ፡ ሰተይኩ ፡ ቅብዐ ፡ ወመዓረ ፡ ይመጽእ ፡ አንበሳ ፡ ወይቀትለኒ ፡ ወእቀትሎ ፡ አነሂ ፡ ወንትቃተል ፡ ፪ነ ፡ በበይናቲነ ፡ ወይሠጥጣ ፡ ለከርሥየ ፡ ወይትከዐው ፡ ቅብዕ ፡ ወመዓር ፡ ዘሰተይክዎሙ ፡ ውስተ ፡ ምድር ፡ ወአነሂ ፡ እመትር ፡ ጕርዔሁ ፡ በአፅፋረ ፡ መንኮብያትየ ፡ ወአንቲሂ ፡ አስተጋብኢዮሙ ፡ ለእሉ ፡ ቅብዕ ፡ ወመዓር ፡ ወአፍልሒዮሙ ፡ በእሳት ፡ ወአጽሪዮሙ ፡ ወቅድሒዮሙ ፡ በቀሡታት ፡ ወአንቢረኪ ፡ ፩ ፡ ሱባዔ ፡ ዕለታት ፡ ወእምድኅረ ፡ ፩ ፡ ሱባዔ ፡ አፍሊሐኪ ፡ በእሳት ፡ ዳግመ ፡ ስተዩ ፡ አንቲ ፡ ብእሲትየ ፡ ወእሉ ፡ ፲ወ፪ ፡ ውሉድየ ፡ ወሶበ ፡ ሰተይክሙ ፡ አንቲኒ ፡ ትከውኒ ፡ ከመ ፡ አንስትያዊት ፡ አንበሳ ፡ ወትከውኒ ፡ እግዝእቶን ፡ ለኵሎን ፡ አንስተ ፡ ምድር ፡ ወይሰግዳ ፡ ለኪ ፡ በዜና ፡ ወበድምጽ ፡ በበብሔሮን ፡ ወሶበ ፡ ርእያኪ ፡ ይመውታ ፡ በፍርሀት ፡ ምስለ ፡ ደቂቆን ፡ ወእሉኒ ፡ ውሉድየ ፡ ይከውኑ ፡ ከመ ፡ እጓለ ፡ አንበሳ ፡ ወየኀድር ፡ ላዕሌሆሙ ፡ ኀይል ፡ ወግርማ ፡ ወይጼውዖሙ ፡ ንጉሥ ፡ ወሶበ ፡ ይሬእዮሙ ፡ ይትነሣእ ፡ ንጉሥ ፡ እመንበሩ ፡ ወይሰግድ ፡ በገጹ ፡ ታሕተ ፡ እገሪሆሙ ፡ እምግርማ ፡ ዘኀደረ ፡ ላዕሌሆሙ ፡ ወእምዝ ፡ ይመክርዎ ፡ መማክርቲሁ ፡ ወይብልዎ ፤ ፈንዎሙ ፡ ለእሉ ፡ እደው ፡ ኀያላን ፡ ብዙኀ ፡ ወርቀ ፡ ወብሩረ ፡ ብዙኀ ፡ ወአሰርጊወከ ፡ ኪያሆሙ ፡ ሜላተ ፡ ቀይሐ ፡ ወጸዓዳ ፡ ወዓዲ ፡ ፀጊወከ ፡ አፍራሰ ፡ ረዋጽያነ ፡ ወአብቅልተ ፡ ሰጋርያነ ፡ አግብርተ ፡ ወአእማተ ፡ አልህምተ ፡ ወአጣሌ ፡ አባግዐ ፡ አእዱገ ፡ ወአግማለ ፡ እስመ ፡ እሙንቱ ፡ እመ ፡ ነበሩ ፡ በትዕይንት ፡ ይነግሡ ፡ ላዕሌከ ፡ ዘአንተ ፡ ሰገድከ ፡ ይእዜ ፡ ታሕተ ፡ እገሪሆሙ ፡ መኑ ፡ ይፈርሀከ ፡ እምይእዜ ፡ እምአሕዛበ ፡ ምድር ፡ ወእምሰ (vº) ራዊትከ ፡ እለ ፡ ትቤሎሙ ፡ ዘቆመ ፡ ግዝሙ ፡ ወዘዕከበ[1] ፡ ሥፅሩ ። ወእምዝ ፡ ሶበ ፡ ሰምዐ ፡ ቃለ ፡ መማክርቲሁ ፡ ይፌንዎሙ ፡ ምስለ ፡ ንዋይ ፡ ብዙኀ ፡ ዘየአክሎሙ ፡ ለብዙኀ ፡ ዓመታት ፡ ወይትመየጡ ፡ ወይገብኡ ፡ ኀቤኪ ፡ በትፍሥሕት ፡ ወበሰላም ። ወሶበ ፡ ይገብኡ ፡ ኀቤኪ ፡ ኢትንበሩ ፡ ኀበ ፡ ዝን

[1] Sic in ms.

ቱ ፡ ገዳም ፡ አንቲ ፡ ወውሉድኪ ፡ ውሉድየ ፡ አላ ፡ ነሚአክሙ ፡ አዕፅምትየ ፡ ወአስተጋቢአክሙ ፡ ንዋያቲክሙ ፡ ወኵሎ ፡ ቄስቄሰ ፡ ቤትክሙ ፡ ወኵሎ ፡ እንስሳክሙ ፡ ሑሩ ፡ ውስተ ፡ ምድረ ፡ አደል ፡ እስመ ፡ ይእቲ ፡ ርስትክሙ ። ወሶበ ፡ በጻሕኪ ፡ ኀበ ፡ ይእቲ ፡ ሀገር ፡ አስተዋሰቢዮሙ ፡ ውሉድየ ፡ እምአዋልደ ፡ ይእቲ ፡ ሀገር ፡ አሐተ ፡ አሐተ ፡ ወለተ ፡ ወዘተርፈሰ ፡ ድኅረ ፡ ያውስቡ ፡ ከመ ፡ ክሂሎቶሙ ፤ እመኒ ፡ ፲ ፡ ወእመኒ ፡ ፳ ፡ ወእመኒ ፡ ፴ ፡ እስመ ፡ ዝ ፡ ፈቃዱ ፡ ውእቱ ፡ ለአምላኪየ ፡ ሰጥናኤል ፡ ወሶበ ፡ አሰተዋሰብኪዮሙ ፡ ትመውቲ ፡ አንቲ ፡ ወይቀብሩኪ ፡ ምስሌየ ፡ ወይደምሩ ፡ ሥጋኪ ፡ ምስለ ፡ ሥጋየ ። ወይከውኑ ፡ ፻ ፡ ወእእላፈ ፡ ውሉድነ ፡ ወመንግሥት ፡ ይትወሀብ ፡ ለውሉዶሙ ፡ ወለውሉደ ፡ ውሉዶሙ ፤ በ ፡ እምውሉዶሙ ፡ ወውሉደ ፡ ውሉዶሙ ፡ ዘይከውን ፡ ንጉሠ ፡ ወዘይትበሀል ፡ ፍቁራ ፡ ወዘይሰመይ ፡ ሐጅ ፡ ወዘይከውን ፡ ትርኲባሻ[1] ፡ ወዘይከውን ፡ ነጋዴ ፡ ላዕለ ፡ ሐመር ፡ ወዘይከውን ፡ ባንያ ፡ ወዘይከውን ፡ ናይብ ፡ ወትጸንዕ ፡ ለውሉዶሙ ፡ ወለውሉደ ፡ ውሉዶሙ ፡ ሥርዐቶሙ ፡ ለእስማዔል ፡ ወአብራሂም ፡ ወምሕመድ ፡ ወይመር ፡ ወብስጥያኖስ ፡ አበውየ ፡ ወትቀውም ፡ ሥልጣነ ፡ ተንባላት ፡ ዘግብጽ ፡ ወዘኢትዮጵያ ፡ በእዴሆሙ ፡ ወበእደ ፡ ውሉደ ፡ ውሉዶሙ ፡ እስከ ፡ ለዓለም ፡ ወይትሔደሳ ፡ አህጉረ ፡ አበውየ ፡ በዘመኖሙ ፡ ወበዘመነ ፡ ውሉዶሙ ፡ ዘውእቶሙ ፤ ዓደል ፤ ወብር ፡ ዐረብ ፤ [illegible] ፤ ወምፅዋ ፤ ምስር ፤ ወእስጥንቡል ፤ ምድያም ፤ ወሐቅለ ፡ ፋራን ። እስመ ፡ ከመዝ ፡ ወከመዝ ፡ ይቤላ ፡ ሐረስፎሲ ፡ ለአድላክያ ፡ ብእሲቱ ፡ እንዘ ፡ ሀሎ ፡ ቅድመ ፡ በሕይወቱ ፡ በዘከመዝ ፡ ለብዎ ፡ ነገሩ ። ..... (Fol. 238 r°.) ... ። ወከነ ፡ ኵሉ ፡ በከመ ፡ ይቤላ ፡ ወበጽሐሙ ፡ ላቲ ፡ ወለውሉዳ ፡ ኵሉ ፡ ዘተናገረ ። ..... ወበዘከመዝ ፡ ተሰምዮተ ፡ ስም ፡ በስመ ፡ ኀዳሪሁ ፡ ተሰምየት ፡ ገዳምከ ፡ ወተብህለ ፡ ዐድ ፡ በሳ ።

(Fol. 242 v°.) ..... ወዘተብህለት ፡ ዐድ ፡ መራ ። መጽአ ፡ ኀቤሃ ፡ ፩ ፡ ነጋዲ ፡ እስማዔላዊ ፡ ምስለ ፡ ብዙኅ ፡ ንዋይ ፡ እምሀገረ ፡ ወፍላ ፡ ሐደባ ፡ ወስሙ ፡ ለውእቱ ፡ ነጋዲ ፡ እመር ። ወበጽሐ ፡ ውስተ ፡ ደሴት ፡ ዘስማ ፡ ምጽዋ ፡ ወተሣየጠ ፡ ኵሎ ፡ ዘኀሠሠ ፡ ወዘተመነየ ፡ ወረከበ ፡ ኵሎ ፡ ዘፈቀደ ፡ ወተርፈ ፡ በሐመር ፡ ሐዊረ ፡ ጅዳ ፡ ወእምጅዳ ፡ ሐዊረ ፡ ምድረ ፡ ግብጽ ፡ እስመ ፡ ረከበ ፡ ኵሎ ፡ ዘተመነየ ፡ በዛቲ ፡ ደሴተ ፡ ምጽዋ ፡ በንኡስ ፡ ዐቢየ ፡ ወበኅዳጥ ፡ ብዙኀ ፡ ወበእኩይ ፡ ሠናየ ። ወእንዘ ፡ ሀሎ ፡ በይእቲ ፡ ደሴተ ፡ ምጽዋ ፡ ተባእሉ ፡ ሰብአ ፡

[1] Tigraica haec forma est.

ምጽዋ ፡ ወሰብአ ፡ ሐማሴን ፡ ወተሐፅረ ፡ ፍኖት ፡ ላዕላዊ ፡ ፍኖተ ፡ ኵሉ ፡ ነጋድያን ። ወኖኀ ፡ ዘመኑ ፡ (Fol. 243 r°.) ተጻብኦቶሙ ፡ ወአከለ ፡ መጠኑ ፡ ፲ ፡ ዓመት ፡ ወረኃብ ፡ ኮነ ፡ በደሴተ ፡ ምጽዋዕ ፡ እመ ፡ ተርፈ ፡ ኵሉ ፡ ነጋዲ ። ወሶበ ፡ ተሐፅረ ፡ ፍኖቱ ፡ ዘመጽአ ፡ በቱ ፡ ቀድመ ፡ ተማከረ ፡ ምስለ ፡ አብያጺሁ ፡ ነጋድያን ፡ እለ ፡ መጽኡ ፡ ምስሌሁ ፡ እንዘ ፡ ይብል ፤ ንሑር ፡ እመርቄ ፡ ለመርቄ ፡ ወንኅልፍ ፡ ሀገረነ ፡ በፍኖተ ፡ ስሬ ። ወይቤልዎ ፡ አሆ ፡ አብያጺሁ ። ወተንሥኡ ፡ ፩ ፡ ትዕይንተ ፡ ከዊኖሙ ፡ ወበጽሑ ፡ ውስተ ፡ ዛቲ ፡ ገዳም ፡ ወሐጸሩ ፡ ሐጹረ ፡ ማእከሌሃ ፡ ወተከሉ ፡ ኀይመታቲሆሙ ፡ በበርእሶሙ ፡ ወነበሩ ፡ ባቲ ፡ መጠነ ፡ ፯ ፡ አውራኀ ፡ እንዘ ፡ ይነዐዉ ፡ ነጌያተ ፡ ውስተ ፡ መርቄሃ ፡ ህየንተ ፡ አቅርንቲሆሙ ፡ ዘውእቱ ፡ ያረብሖሙ ፡ ንዋየ ፡ ብዙኀ ፡ እመ ፡ ነገዱ ፡ በቱ ፡ ውስተ ፡ ባሕር ፡ ወአስተጋብኡ ፡ ብዙኀ ፡ አቅርንተ ፡ ነጌ ፡ መጠነ ፡ ፳፻ ፡ እከ ፡ ዘንተ ፡ ኵሎ ፡ ዘአስተጋብኡ ፡ በንዲው ፡ አላ ፡ ጽኑዕ ፡ በሙ ፡ ሥራይ ፡ ዘይነሥኡ ፡ በቱ ፡ አስናኒሁ ፡ ባሕቲቶሙ ፡ እንዘ ፡ ኢይረግዙ ፡ ኪያሁ ፡ በኵናት ፡ ወበዘከመዝ ፡ ግብረ ፡ ሥራይ ፡ ጽኑዕ ፡ ሐልቀ ፡ ኵሉ ፡ ነጌያት ፡ በረኀብ ፡ ወእሙንቱኒ ፡ አስተጋብኡ ፡ ብዙኀ ፡ አቅርንተ ፡ ነጌ ። ወእንዘ ፡ ሀለዉ ፡ በዘከመዝ ፡ ግብር ፡ ኮነ ፡ ዕርቅ ፡ ማእከለ ፡ ባሕር ፡ ወየብስ ፡ ወተርኅወ ፡ ፍኖት ፡ ላዕላዊ ፡ ዘተሐፅረ ። ወሰምዑ ፡ እሉ ፡ ዜና ፡ ዕርቅ ፡ ከዊኖመ ፡ በዛቲ ፡ ገዳም ። ወሰመይዋ ፡ ለዛቲ ፡ ኵሉ ፡ ሰብእ ፡ በስመ ፡ እግዚአሙ ፡ ዐድ ፡ መር ። ወእምዝ ፡ ተንሥኡ ፡ ወሖሩ ፡ በፍኖት ፡ ላዕላዊ ፡ ወገብኡ ፡ ብሔሮሙ ። ወበእንተዝ ፡ ተሰምየት ፡ ዐድ ፡ መር ።

(Fol. 244 r°.) እኩያን ፡ እሙንቱ ፡ ሰብአ ፡ ዚአሃ ፡ ወአልበሙ ፡ ሕግ ፡ ወሥርዐት ፡ ከመ ፡ አረሚ ፡ ወኢ ፡ አክብሮ ፡ በዓላት ፡ ወኢ ፡ አፍቅሮ ፡ ፈላስያን ፡ ወኢ ፡ ተወክፎ ፡ እናግድ ።

(Fol. 260 v°.) ወሙራደ ፡ ዓቀቡኒ ፡ ሙፃእ ፡ አረሚ ፡ ውእቱ ፡ እለ ፡ ይትበሀሉ ፡ ሻንቅላ ፡ ውሉደ ፡ ውሉዱ ፡ ለካም ፡ ዘስመ ፡ ሀገሮሙ ፡ ዱቢኒ ፡ ወስመ ፡ መዲናሆሙ ፡ መተከ ፡ እለ ፡ ኢየኀዝኑ ፡ በቀቲል ።

(Fol. 262 v°.) እመኒ ፡ ቶራ ፡ ወእመኒ ፡ ዓፊጋ ፡ ወእመኒ ፡ አሲላ ፡ አው ፡ ትኒሳ ፡ አው ፡ ሲዓላ ፡ አው ፡ ወይጠል ፡ አው ፡ ደስጴዳ ፡ አው ፡ ሆባይ ፡ አው ፡ ሐልስትዮ ፡ አው ፡ ቍንጽል ፡ እመኒ ፡ ደስከኖ ፡ አው ፡ [illegible] ፡ አው ፡ ሐራውያ ፡ አው ፡ ዓድግ ፡ መረብ ፡ አው ፡ ኬረግልዮን ።

(Fol. 265 r°.) ውስተ ፡ ፭ ፡ ግብ ፡ ዐቢይ ፡ ዘስሙ ፡ እንከክራ ፡ ምስጋደ ፡ አረሚ ፡ ዘሀለወ ፡ በማእከለ ፡ ምድረ ፡ አረሚ ፡ እለ ፡ ያመልክዎ ፡ ለውእቱ ፡ አርዌ ።

(Fol. 265 v°.) ተጋብኡ ፡ ኵሉ ፡ አህጉር ፡ ዘርሑቅ ፡ ወዘቅሩብ ፡ በ፴ ፡ መዓዝን ፡ እለ ፡ ሀለዉ ፡ ፍጥረተ ፡ ሰብእ ፡ እምበቅላ ፡ እስከ ፡ ይእቲ ፡ ሀገር ፡ ወእምክር ፡ ባርያ ፡ እስከ ፡ ዝየ ፡ ወእምሀገረ ፡ ስሬ ፡ እስከ ፡ ዝየ ፡ ወእምሀገረ ፡ ዱበኒ ፡ እስከ ፡ ዝየ ፡ ወእምባሕርኒ ፡ ወእምሀገረ ፡ ቶርዓኒ ፡ እስከ ፡ ዝየ ።

(Fol. 266 v°.) ..... ወእምኔሆሙ ፡ ዐበይት ፡ ወቀዳማውያን ፡ ውሉዱ ፡ እለ ፡ ይመስልዎ ፡ በምግባረ ፡ ትሩፋት ፤ አባ ፡ እንድርያስ ፡ ዘእፉን ፤ ወአባ ፡ እንድርያስ ፡ ዘብሕኑና ፤ ወአባ ፡ አብርሃም ፡ ዘዐድ ፡ ሰረዋት ፤ ወአባ ፡ ሕይወት ፡ ብነ ፡ ዘስመ ፡ ቆብዑ ፡ ዳግመ ፡ ኢይመውት ፡ ዘሕልልሕ ፤ ወአባ ፡ ይስሐቅ ፡ ዘዐድ ፡ ዝ (Fol. 267 r°.) ዋብ ፤ ወአባ ፡ ስምዖን ፡ ዘጨዓት ፤ ወአባ ፡ እንጦንዮስ ፡ ዘማይ ፡ ልፁይ ፤ ወአባ ፡ ማርምሕናም ፡ ጸጋሬ ፡ ዘዐድ ፡ መዓምን ፤ ወአባ ፡ ነአምን ፡ በእግዚእ ፡ ዘብላላሕ ፤ ወአባ ፡ ዳግማይ ፡ ገሬማ ፡ ዘማይ ፡ ዐይን ፤ ወአባ ፡ አርካሌድስ ፡ ዘድጌ ፡ ድሩይ ፤ ወአባ ፡ ብሶይ ፡ ዘናዴር ፤ ወአባ ፡ ናፍር ፡ ዘአቆቃብ ፤ ወአባ ፡ ዮስጢኖስ ፡ ዘዐደጐልበ ። ..... ወሐነጹ ፡ ቤተ ፡ ማኅበር ፡ ነዊኅ ፡ ወርኂበ ፡ ዐቢየ ፡ ወሠናየ ፡ ዘየአክል ፡ ኑኁ ፡ ፺ ፡ እመተ ፡ ወራሕቡ ፡ ፲ወ፫ ፡ እመተ ፡ ወስዝረ ፡ ወ፪ ፡ አጻብዐ ፡ ወመንፈቀ ፡ አጽባት ። ወገብሩ ፡ በጥቃ ፡ ቤተ ፡ ማኅበር ፡ ለለ ፡ ፩፩ ፡ እምኔሆሙ ፡ ፩፩ ፡ ልገተ ፡ መጠነ ፡ ልገተ ፡ ዐቃቤ ፡ ቀምሕ ፡ ... ወቤተ ፡ ክርስቲያን ፡ ሐነጹ ፡ ሠናይተ ፡ ወአዳመ ፡ ዐባይተ ፡ ወስፍሕተ ፡ ዘትመስላ ፡ በሥነ ፡ ሡራሬ ፡ ለአግያ ፡ ሶፍያ ፡ ዘሐነጻ ፡ ቈስጠንጢኖስ ፡ ንጉሥ ፡ ርቱዐ ፡ ሃይማኖት ፡ እንዘ ፡ ይትራድእዎሙ ፡ መኳንንተ ፡ ሐማሴን ፡ ወመኳንንተ ፡ ሰራዌ ፡ እለ ፡ ይትአመኑ ፡ በጸሎቱ ፡ ለአቡነ ፡ መርቆሬዎስ ፡ አቡሆሙ ። ወአቀመ ፡ አቡነ ፡ መርቆሬዎስ ፡ ውስተ ፡ ይእቲ ፡ ቤተ ፡ ክርስቲያን ፡ ታቦተ ፡ ጽዮን ፡ ዘወሀበ ፡ አቡሁ ፡ ዘተወክፈ ፡ እምእደ ፡ አባ ፡ ብንያሚ ፡ ሊቀ ፡ ጳጳሳት ፡ እለ ፡ እስክንድርያ ፡ አመ ፡ ተመይጠቱ ፡ እምድረ ፡ አርማንያ ፡ ወቀደሳ ፡ አመ ፡ ፳ወ፬ ፡ ለሰኔ ፡ ዘውእቱ ፡ ቅዳሴ ፡ ቤታ ። ወአንስተ ፡ ብዙኃተ ፡ አመንኰሰ ፡ አቡነ ፡ መርቆሬዎስ ። ወኮነ ፡ ኍልቈ ፡ ማኅበር ፡ ዘእደው ፡ ፲፻ ፡ ወ፭፻ ፡ ወኍልቈ ፡ አንስትኒ ፡ መነከሳይያት ፡ (v°) ኮነ ፡ ፭፻ ። ወፈለጠ ፡ አቡነ ፡ መርቆሬዎስ ፡ መካነ ፡ እደው ፡ ወመካነ ፡ አንስት ፡ ወረሰየ ፡ መካነ ፡ አንስት ፡

ዝባን ፡ አስሒታ ፡ ወመካነ ፡ እደው ፡ ደብረ ፡ ድማኅ ። ወሐነጸ ፡ ሎን ፡ ቤተ ፡ ክርስቲያን ፡ ሠናይተ ፡ ወአብአ ፡ ውስቴታ ፡ ታቦተ ፡ ቅዱስ ፡ ሚካኤል ። ወኮነ ፡ የዐውድ ፡ እመካን ፡ ውስተ ፡ መካን ፡ አቡነ ፡ መርቆሬዎስ ፡ ወይሔውጾሙ ፡ ለደቂቁ ፡ ወለአዋልዲሁ ፡ ወይሜህሮሙ ፡ ሥርዐተ ፡ ቀኖና ፡ በከመ ፡ ሕጉ ፡ ወሥርዐቱ ፡ ከመ ፡ ይኩን ፡ መጽንዔ ፡ ሎሙ ፡ ወሎን ፡ ወእምድኅረ ፡ መሀሮሙ ፡ ይትመየጥ ፡ ውስተ ፡ ውጡሕ ፡ መካነ ፡ ጽማዌሁ ፡ ወሶበ ፡ ኮነ ፡ ጊዜ ፡ ንዋም ፡ የሐውር ፡ ውስተ ፡ ባሕር ፡ ዘስሙ ፡ ድጉብ ፡ ዐባይ ፡ ወይበውእ ፡ ምስለ ፡ ዐጽፉ ፡ ወቀሚሱ ፡ ወሰበኑ ፡ ወቆብዑ ፡ ወቅናቱ ፡ ወሠቁ ፡ ወዐዲሙ ፡ ወየኀድር ፡ ቀዊሞ ፡ በጸሎት ፡ ወበአንብዕ ፡ በአስተብቍዖ ፡ ወበገዓር ፡ ውሱክ ፡ ወበአስተምህሮ ፡ ፍድፉድ ።

(Fol. 270 v°.) ..... በሀገረ ፡ መርቄ ፡ ዘስማ ፡ ደምበላስ ፡ ወስማ ፡ ለጸማዕቱ ፡ ሙሐጥ ፡ ዐባይ ፡ ወበ ፡ ዘይቤሉ ፡ እምሰብእ ፡ ታሪክ ፡ ማይ ፡ ሞኒ ።

(Fol. 272 v°.) ..... እስመ ፡ ፪ነ ፡ ንሕነ ፡ ይቂቀ ፡ አቡነ ፡ አብሳዲ ፡ ወደቂቀ ፡ አቡነ ፡ መርቆሬዎስ ፡ ፩ ፡ ንሕነ ፡ በሃይማኖት ፡ ወ፩ ፡ በቆብዕ ፡ ወቆብዕነ ፡ ይእቲ ፡ ቆብዑ ፡ ለአቡነ ፡ ኤዎስጣቴዎስ ፡ ወሀገርነ ፡ እስክንድርያ ፡ ወእኮ ፡ ምድረ ፡ ሮምያ ።

(Fol. 276 r°.) ወሐነጸ ፡ አቡነ ፡ መርቆሬዎስ ፡ አብያተ ፡ መነኮሳት ፡ ውሉዱ ፡ በውስተ ፡ ገዳም ፡ ዘስማ ፡ በርበር ፡ ዘጊ ። ወለይእቲ ፡ ገዳም ፡ በድሕሬሃ ፡ ፀድፍ ፡ ዐቢይ ፡ ወበቅድሜሃ ፡ እመ ፡ ወረዱ ፡ ሙራደ ፡ ዓቀባ ፡ ስፉሕ ፡ ሀገር ፡ ውእቱ ።

(Fol. 277 v°.) ክፍል ። ወእምድሕረ ፡ ሞቱ ፡ ለአቡነ ፡ መርቆሬዎስ ፡ በዝኅ ፡ ማኅበር ፡ ጥቀ ፡ በኀይለ ፡ ኪዳኑ ፡ ወነበሩ ፡ ብዙኀ ፡ መዋዕለ ፡ በምግባር ፡ ወበሃይማኖት ፡ ወኮኑ ፡ ይወፅኡ ፡ መምህራን ፡ ዐበይት ፡ እምውእቱ ፡ ደብር ፡ እለ ፡ ይለብሱ ፡ ልብሰ ፡ ጸምር ፡ ወልብሰ ፡ ኳኳ ፡ ዘውእቱ ፡ ግምጃ ፡ በርኖስ ፡ ወእለ ፡ ይጼዐኑ ፡ በአባቅልት ፡ እስከ ፡ የአክል ፡ ኍልቆሙ ፡ ፩ ፡ ዘመነ ፡ ፳ወ፩ [illegible] ፡ አው ፡ (Fol. 278 r°.) ፺ ። ወቀንዐ ፡ ላዕሌሆሙ ፡ ፩ ፡ መኰንን ፡ ዘስሙ ፡ ድሩይ ፡ ወአስተጋብአሙ ፡ በጕሕሉት ፡ ወይቤሎመ ፤ ንዑ ፡ ባርኩ ፡ መርዓ ፡ ወልድየ ፡ ኵልክሙ ፡ መምህራን ፡ ወመነኮሳት ፡ ዘታሕቴክሙ ። ወእሙንቱሰ ፡ ኢያእመሩ ፡ ጕሕሉቶ ፡ ወሖሩ ፡ በገውሃተ ፡ ልበሙ ፡ ወሶበ ፡ በጽሑ ፡ አርኀ

ወ ፡ ሎሙ ፡ አንቀጸ ፡ ወአብኦሙ ፡ ውስተ ፡ ዳስ ፡ ስፉሕ ፡ ዘየአክል ፡ ኑኁ ፡ ፻ ፡ እመት ፡ ወግድሙ ፡ ፺ ፡ እመት ፡ ወመልኡ ፡ እሙንቱ ፡ ውስተ ፡ ውእቱ ፡ ዳስ ። ወይቤሎሙ ፡ ለሰብአ ፡ ቤቱ ፤ ዕፅዉ ፡ አንቀጸ ። ወቀትሩ ፡ ወገብሩ ፡ በከመ ፡ ይቤሎሙ ። ወእምዝ ፡ አቅረበ ፡ ሎሙ ፡ መብልዐ ፡ ወመስቴ ፡ ብዙኀ ፡ ወበልዑ ፡ ወሰትዩ ። ወእምዝ ፡ ይቤሎሙ ፡ ለኀያላኒሁ ፤ ዑቁ ፡ ፩ ፡ ኢያምሥጥክሙ ፡ እምኔሆሙ ፡ ወእመ ፡ አምሠጠክሙ ፡ ነፍስክሙ ፡ ህየንተ ፡ ነፍሱ ። ወተንሥኡ ፡ ላዕሌሆሙ ፡ ወቀተልዎሙ ፡ በመጥባሕት ፡ ወበኲናት ፡ በሰይፍ ፡ ወበቀስት ፡ በከመ ፡ ይቤ ፡ መጽሐፍ ፤ እስመ ፡ በእንቲአከ ፡ ይቀትሉነ ፡ ኵሎ ፡ አሚረ ፡ ወኮነ ፡ ከመ ፡ አባግዕ ፡ ዘይጠብሑ ። ወኮነ ፡ ኍልቆሙ ፡ ለእለ ፡ ተቀትሉ ፡ ፳ ፡ ወ፰ተ ፡ ዐበይት ፡ እለ ፡ በጽሐሙ ፡ ሚመት ፡ ወእለ ፡ ኢበጽሐሙ ፡ ሚመት ። ወመምህርኒ ፡ በውእቱ ፡ ጊዜ ፡ አባ ፡ ዕንቈ ፡ መርቆሬዎስ ፤ ውእቱኒ ፡ ተቀትለ ፡ ቅድሜሆሙ ፡ ከመ ፡ ኄር ፡ ኖላዊ ፡ ዘይሜጡ ፡ ነፍሶ ፡ ቤዛ ፡ አባግዒሁ ። ወኍልቈ ፡ መንከሳትኒ ፡ እለ ፡ ተቀትሉ ፡ ፻ወ፳ወ፰ ። ወኮኑ ፡ ሰማዕታተ ፡ በእደ ፡ ውእቱ ፡ መምዕላይ ፡ ዘስሙ ፡ ድሩይ ፡ ካልኡ ፡ ለዲዮቅልጥያኖስ ፡ ወዘውጉ ፡ ለመክስምያኖስ ፡ ወልዱ ፡ ለዲያብሎስ ፡ ወእኍሁ ፡ ለዱድያኖስ ፡ ላእኩ ፡ ለሄሮድስ ፡ ወቅሩቡ ፡ ለዳኬዎስ ፡ አምሳሊሁ ፡ ለጺሩጻይዳን ፡ ፈታዊሃ ፡ ለእኪት ፡ ዘቀተሎሙ ፡ ለ፳ ፡ መቃብያን ፡ . . . . . ወእምዝ ፡ (Fol. 278 v°.) ማሰነት ፡ ይእቲ ፡ ደብር ፡ ወኮነት ፡ ብዱተ ፡ ወተዘርወ ፡ ማኅበር ፡ ወኮኑ ፡ ከመ ፡ ዘርአ ፡ ጼው ፡ ወከመ ፡ ፄና ፡ ማይ ። ወውእቱኒ ፡ መምዕላይ ፡ ነበረ ፡ ውስተ ፡ ሀገሩ ፡ ዘስማ ፡ ኵዶ ፡ ፈላሲ ፡ ወትርጓሜሁ ፡ ለስማኒ ፡ ለይእቲ ፡ ሀገር ፡ ደብረ ፡ ፈላሲ ፡ ውእቱ ፡ እስመ ፡ ኵዶ ፡ ይትበሀል ፡ ደብር ፡ በልሳነ ፡ ግዕዝ ። ወድኅረ ፡ ብዙኅ ፡ መዋዕል ፡ ይቤልዎ ፡ ለውእቱ ፡ መኰንን ፡ ዘስሙ ፡ ዲሩይ ፤ ይቀሥፈከ ፡ አቡነ ፡ መርቆሬዎስ ፡ ወይትቤቀለከ ፡ በሞተ ፡ ውሉዱ ፡ መነከሳት ። ወሶበ ፡ ይቤልዎ ፡ ከመዝ ፡ ፈራህያነ ፡ እግዚአብሔር ፡ ፈርሀ ፡ ውእቱ ፡ መኰንን ፡ ወፈነወ ፡ መንበሮ ፡ ለአቡነ ፡ መርቆሬዎስ ፡ ምስለ ፡ ንብቲራ ፡ ብርት ፡ ዘነሥአ ፡ ውስተ ፡ ደብሩ ፡ ድብረ ፡ ድማኅ ፡ ወካልእተ ፡ ንዋያተ ፡ ብዙኃተ ፡ እንዘ ፡ ይብል ፤ መሐሩኒ ፡ አበውየ ፡ ወሰአሉ ፡ ሊተ ፡ ኀበ ፡ አቡነ ፡ መርቆሬዎስ ፡ ከመ ፡ ይሥረይ ፡ አበሳየ ፡ ወኢይትበቀለኒ ፡ በሞተ ፡ ውሉዱ ፡ መነከሳት ። ወእምዝ ፡ ተወክፉ ፡ ንዋዮ ፡ ዘፈነወ ፡ ወእሙንቱኒ ፡ መንበር ፡ ወንብቲራ ፡ ብርት ፡ ህለዉ ፡ እስከ ፡ ይእዜ ። ወባሕቱ ፡ ኢተባረኩ ፡ ውሉዱ ፡ ወውሉደ ፡ ውሉዱ ፡ ወኢተረክበ ፡ ፩ ፡ እምኔሆሙ ፡ ዘይነብር ፡ በመካኑ ፡ ወይሠየም ፡ ህየንቴሁ ። . . . . . ወእምዝ ፡ ተንሥአ ፡ አቡነ ፡ መርቆሬዎስ ፡ በ፻ወ፩ ፡ ዓመት ፡ ሕይወቱ ፡ ወበ ፡ ፩ ፡ ዓመተ ፡ መ

ንግሥቱ ፡ ለንጉሥነ ፡ ዳዊት ፡ ዳግማይ ፡ ወልደ ፡ ሰይፈ ፡ አርዐድ ፡ እምደብሩ ፡ ዘስማ ፡ በርበር ፡ ዘጊ ፡ ዘሀለወት ፡ ማእከለ ፡ ሀገር ፡ ዘስማ ፡ ኵዶ ፡ ፈላሲ ፡ ወበጽሐ ፡ ውስተ ፡ ደብሩ ፡ ደብረ ፡ ድማኅ ፡ ወተአምኖሙ ፡ ለውሉዱ ፡ ወእሙንቱኒ ፡ ተአምኅዎ ፡ በአምኃ ፡ መንፈሳዊት ።

(Fol. 289 vº.) . . . . . ወተሰምዐ ፡ ዜና ፡ ጽድቁ ፡ ወትሩፋቲሁ ፡ ለአቡነ ፡ መርቆሬዎስ ፡ ውስተ ፡ ኵሉ ፡ ምድረ ፡ ኢትዮጵያ ፡ እስከ ፡ ምድረ ፡ ሸዋ ። ወሰምዐ ፡ ዜና ፡ ጽድቁ ፡ ወትሩፋቲሁ ፡ ዳዊት ፡ ንጉሥ ፡ ወልደ ፡ ሰይፈ ፡ አርዐድ ፡ ዘነግሠ ፡ በውእቱ ፡ መዋዕል ። በረከቱ ፡ ለአቡነ ፡ መርቆሬዎስ ፡ የሀሉ ፡ ምስሌነ ፡ አሜን ።

(Fol. 290 rº.) በስመ ፡ አብ ፡ ወወልድ ፡ ወመንፈስ ፡ ቅዱስ ፡ ፩ ፡ አምላክ ፡ ንጽሕፍ ፡ በረድኤተ ፡ እግዚአብሔር ፡ ዜና ፡ [illegible] ፡ በመልእክት ፡ ለዳዊት ፡ ንጉሥነ ፡ ወመርቆሬዎስ ፡ አቡነ ። ወሰበ ፡ ሰምዐ ፡ ዳዊት ፡ ንጉሥ ፡ ዜናሁ ፡ ለአቡነ ፡ መርቆሬዎስ ፡ ለአከ ፡ ኀቤሁ ፡ ፩ ፡ ኄረ ፡ እምፀማዱ ፡ ዘስሙ ፡ ወልደ ፡ እግዚእ ፡ ዘየአምኖ ፡ ለምስጢሩ ፡ ወይፌንዎ ፡ ኀበ ፡ ባሕታውያን ፡ ፍቁራኒሁ ፡ ወቅዱሳን ፡ አበዊሁ ፡ እለ ፡ የዐቅቡ ፡ መንግሥቶ ፡ በጸሎቶሙ ፡ ወበስእለቶሙ ። ወተንሥአ ፡ እምትዕይንት ፡ ዘስማ ፡ ኤረር ፡ ወኀደረ ፡ ውስተ ፡ ሀገር ፡ ዘስማ ፡ መልዞ ፡ ምስለ ፡ ሰብኡ ፡ ወኵልቄ ፡ ሰብእኒ ፡ እለ ፡ ተለውዎ ፡ ፯ ፡ እሙንቱ ፡ ወእምኔሆሙ ፡ ፲ ፡ እለ ፡ ይጼዐኑ ፡ አብቅልተ ፡ ወ፲ ፡ አግብርት ፡ እለ ፡ ይእኀዙ ፡ አስይፍተ ፡ ወ፴ ፡ ሰብአ ፡ ወልታ ፡ ዘእንበለ ፡ ጸወርተ ፡ ሥንቅ ፡ ወአንስት ፡ ጸወርተ ፡ ሜስ ፡ ወሐባዝያት ፡ ወመጻዕጣት ፡ ወመበስላት ፡ ወአብቅልት ፡ ወአፍራስ ፡ ወአእዱግ ፡ ወአግብርት ፡ እለ ፡ የዐጹ ፡ ሣዕረ ፡ ለእሉ ፡ ጊዜ ፡ ሠርቅ ፡ በውስተ ፡ ማኅደር ፡ እስመ ፡ ውእቱ ፡ ቅሩበ ፡ ንጉሥ ፡ ወ፩ ፡ እምሥዩማን ። ወበትዕይንትሰ ፡ ያተሉ ፡ ፳፻ ፡ መስተፅዕናነ ፡ ፈረስ ፡ ወ፳፻ ፡ አጋሬነ ፡ ወበፍኖትሰ ፡ ኀደገ ፡ መብዝኅቶሙ ፡ ለሐራሁ፡ ወወፅአ ፡ ኅዳጠ ፡ ክዊኖ ፡ በዘከመዝ ፡ ኍልቆ ፡ ዘኍለቍናሁ ። ወበጽሐ ፡ ምድረ ፡ አምሐራ ፡ ወአሰንበተ ፡ በህየ ፡ ወነሥአ ፡ እመስፍን ፡ ሐራ ፡ ፪ ፡ መራሕያነ ፡ ፍኖት ፡ እለ ፡ ይመርሕዎ ፡ እስከ ፡ ምድረ ፡ ላስታ ። ወበጽሐ ፡ ምድረ ፡ ላስታ ፡ ወአግብአሙ ፡ ለእሉ ፡ ፪ ፡ ውስተ ፡ ምድሮሙ ፡ ምድረ ፡ አምሐራ ፡ ወነበረ ፡ ፩ ፡ ወርኀ ፡ ምድረ ፡ ላስታ ። ወተቀበሎ ፡ መስፍነ ፡ ላስታ ፡ በዐቢይ ፡ ክብር ፡ እስመ ፡ ውእቱ ፡ ምዝክሩ ፡ ሎቱ ፡ ዘየኀልፍ ፡ ፀዋሕተ ፡ ላስታ ፡ ለንጉሥ ፡ ወሰበ ፡ የሐውር ፡ ውስተ ፡ ምድረ ፡ ሸዋ ፡ ውእቱ ፡ መስፍነ ፡ ላስታ ፡ ይበውእ ፡ ውስተ ፡ ቤቱ ፡ ወይነብር ፡ እስከ ፡

ዕለተ ፡ ሢመት ፡ እንዘ ፡ ይበልዕ ፡ ወይሰቲ ፡ ምስሌሁ ፡ ወይትፌለጥ ፡ በኵሉ ፡ ግብር ፡ እንበለ ፡ ብእሲት ፡ እስመ ፡ አዕር (v°) ክት ፡ እሙንቱ ፡ ዘልብ ፡ ወአኮ ፡ በአፍአ ። ወበእንተዝ ፡ ተቀበሎ ፡ በዐቢይ ፡ ክብር ፡ ወበትፍሥሕት ፡ ብዙኅ ። ወመጽአ ፡ ምስሌሁ ፡ እስከ ፡ ምድረ ፡ ትግሬ ፡ ወበጽሐ ፡ እስከ ፡ ዋጅራት ፡ ወተመይጠ ፡ ውስተ ፡ ብሔሩ ፡ ወኀለፈ ፡ እምዋጅራት ፡ እስከ ፡ ሕንጣሎ ፡ ወወሀበ ፡ በዓለ ፡ ጋዳ ፡ መራሔ ፡ ወአብጽሖ ፡ እስከ ፡ ስሬ ፡ ወሥዩመ ፡ ስሬ ፡ ወሀበ ፡ መራሔ ፡ ወዐደወ ፡ ፈለገ ፡ መረብ ፡ ወበጽሐ ፡ ማይ ፡ ጸዓዳ ፡ ወነበረ ፡ ብዙኀ ፡ መዋዕለ ፡ ወተንሥአ ፡ እማይ ፡ ጸዓዳ ፡ ወበጽሐ ፡ ኵዶ ፡ ፈላሲ ፡ ወወሀበ ፡ መራሔ ፡ ሐቤ ፡ ፬ ፡ ዘሰራዌ ፡ ወአብጽሖ ፡ ውስተ ፡ ደብረ ፡ ድማኅ ፡ ወመርሖዎ ፡ አርድእት ፡ ውስተ ፡ ቤተ ፡ ማኅበር ፡ ወአንስትኒ ፡ ኀለፉ ፡ ኀበ ፡ ዝባን ፡ አስሒታ ፡ ዓጸደ ፡ መነከሳይያት ፡ አንስት ፡ ወወሀቡቶን ፡ እመ ፡ ምኔት ፡ ቤተ ፡ ለባሕቲቶን ። ወበአ ፡ ኀበ ፡ አቡነ ፡ መርቆሬዎስ ፡ ውእቱ ፡ ላእከ ፡ ንጉሥ ፡ ዘስሙ ፡ ወልደ ፡ እግዚእ ፡ ወተራከበ ፡ ምስለ ፡ አቡነ ፡ መርቆሬዎስ ፡ ወነገሮ ፡ ቃለ ፡ ንጉሥ ፡ እግዚኡ ፡ ወዘይቤሎ ፡ ኵሎ ፤ አባ ፡ ኢትርስዐኒ ፡ በጸሎትከ ። ወዳግመ ፡ ዘይቤሎ ፤ አንተ ፡ ኩን ፡ አኃዘ ፡ ለነፍስየ ፡ ወአነኒ ፡ እከውነከ ፡ ወልደ ፡ ወዘትቤለኒ ፡ እገብር ፡ ለከ ። ወሶበ ፡ ሰምዐ ፡ ዘንተ ፡ መልእክተ ፡ ንጉሥ ፡ ይቤ ፡ አቡነ ፡ በቃለ ፡ ትሕትና ፤ አንሰ ፡ ኃጥእ ፡ ወአባሲ ፡ ወኢአከልኩ ፡ ከመ ፡ ይበሉኒ ፤ አባ ፡ ኢትርስዐነ ፡ በጸሎትከ ፤ ንጉሥነ ፡ ዳዊት ፡ ካልኡ ፡ ለዳዊት ፡ ቀዳማዊ ። እስመ ፡ ይደልዎ ፡ ቃለ ፡ አክብሮ ፡ ለንጉሥ ። ወበእንተዝ ፡ ወሀበ ፡ አቡነ ፡ መርቆሬዎስ ፡ ቃለ ፡ ብዙኃን ፡ እንዘ ፡ ፩ ፡ በከመ ፡ ይቤ ፡ መጽሐፈ ፡ ዳንኤል ፤ ለክሙ ፡ ይብሉክሙ ፡ ንጉሥ ፡ ወባሕቱ ፡ እግዚአብሔር ፡ ያኑኅ ፡ ዕድሜሆሙ ፡ ወያግርር ፡ ፀሮሙ ፡ ዘርሑቅ ፡ ወዘቅሩብ ። ወሶበ ፡ ይቤ ፡ ዘንተ ፡ ቡራኬ ፡ አቡነ ፡ መርቆሬዎስ ፡ እለ ፡ ነበሩ ፡ አእባን ፡ ወዕፀው ፡ በአፍአ ፡ በዐቱ ፡ ይቤሉ ፡ በቃለ ፡ ሰብእ ፤ አሜን ፡ ወአሜን ፡ ለይኩን ፡ ለይኩን ፡ ወይብጽሖ ፡ ሀብተ ፡ ቡራኬከ ፡ ለንጉሥነ ፡ ዳዊት ፡ እስመ ፡ አልቦ ፡ ንጉሥ ፡ ሠናይ ፡ ዘከማሁ ፡ ኢ ፡ እምቅድሜሁ ፡ ወኢ ፡ እ (Fol. 291 r°.) ምድኅሬሁ ። ወዘንተ ፡ ብሂሎሙ ፡ ዕፀው ፡ ወአእባን ፡ አርመሙ ። ወሰሚዖ ፡ ዘንተ ፡ ላእከ ፡ ንጉሥ ፡ አስተዐጸበ ፡ ጥቀ ፡ ወኀለየ ፡ መጠነ ፡ አሐቲ ፡ ሰዐት ፡ ወእምዝ ፡ አውሥአ ፡ ወይቤ ፤ ኦአባ ፡ በከመ ፡ ሰማዕኩ ፡ ዜና ፡ ተአምሪከ ፡ በሀገርየ ፡ ከማሁ ፡ መጺእየ ፡ ዮም ፡ ርኢኩ ፡ በአዕይንትየ ። ወእትባረክ ፡ ለእግዚአብሔር ፡ ዘአስተራከበኒ ፡ ምስሌከ ፡ ወዘአርአየኒ ፡ ገጸከ ፡ ወዘአስምዐኒ ፡ ቃለከ ። ቡሩካን ፡ እሙንቱ ፡ ውሉድከ ፡ እለ ፡ ይሰምዑ ፡ ቃለ ፡ በረከትከ ፡ ወብጹዓን ፡ አርድእቲከ ፡

እለ ፡ ይነብሩ ፡ ታሕተ ፡ ትእዛዝከ ፡ ወክቡራን ፡ ሰብእ ፡ ዓለም ፡ እለ ፡ ይነብሩ ፡ በቅሩብከ ፡ እስመ ፡ ይትዐቀቡ ፡ በጸሎትከ ፡ ወቅድስት ፡ ደብርከ ፡ ዘተቀደሰ ፡ በጸበለ ፡ እግርከ ፡ ብጽዕት ፡ ከርሥ ፡ እንተ ፡ ጾረተከ ፡ ወብጹዓት ፡ አጥባት ፡ እለ ፡ ሐፀናከ ። ወበዘከመዝ ፡ ቃለ ፡ ብጽዓን ፡ አስተብጽዖ ፡ ለአቡነ ፡ መርቆሬዎስ ፡ ላእከ ፡ ንጉሥነ ፡ ዳዊት ፡ ሶበ ፡ ገብረ ፡ ተአምረ ፡ በቅድሜሁ ፡ በአንብቦ ፡ ዕፀው ፡ ወአእባን ፡ በልሳነ ፡ ሰብእ ፡ ነባቢ ፡ ከመ ፡ እእባን ፡ ዘሆሣዕና ። ለአቡነሰ ፡ መርቆሬዎስ ፡ ዝንቱ ፡ ተአምር ፡ ቀሊል ፡ በቅድሜሁ ፡ እስመ ፡ ገብረ ፡ ተአምራተ ፡ ዘየዐብዩ ፡ ወይፈደፍዱ ፡ እምዝንቱ ፡ አዕፅፍሙ ፡ አዕፅፍሙ ። ወሎቱሰ ፡ ዕጹበ ፡ ጥቀ ፡ ከዋ ። ወእምዝ ፡ ነበረ ፡ ፩ ፡ ወርኀ ፡ በደብረ ፡ አቡነ ፡ መርቆሬዎስ ፡ ላእከ ፡ ንጉሥ ፡ ወበጥቃ ፡ ቤተ ፡ ክርስቲያን ፡ ተከለ ፡ ፬ ፡ ኀይመታተ ፡ ፩ ፡ ለመብልዕ ፡ ወ፩ ፡ ለኀዲር ፡ [illegible] ፡ ዘውሥጥ ፡ እግብርቲሁ ፡ ወ፩ ፡ ለቅሩባኒሁ ፡ ወለወዐልቱ ፡ ወ፩ ፡ ለእናግድ ፡ እለ ፡ ይመጽኡ ፡ ይትአምኅዎ ። ወኵሎሙ ፡ ሰብእ ፡ ሐማሴን ፡ ወሰራዌ ፡ ያመጽኡ ፡ ሎቱ ፡ እባግዐ ፡ ወአልህምተ ፡ ወአጣሌ ፡ ብሩረ ፡ ወአልባሰ ፡ ወያበልዖሙ ፡ ወያሰትዮሙ ፡ ለማኅበር ። ወለለጽባሕ ፡ ወለለሠርክ ፡ ይመጽኡ ፡ ወዓልያኒሁ ፡ እምዓፀደ ፡ መነከሳይያት ፡ ወእንስትሰ ፡ አመታቲሁ ፡ ኢይመጽኣ ፡ እስመ ፡ አንስት ፡ ኢይበውኣ ፡ ለይእቲ ፡ ደብረ ፡ አቡነ ፡ መርቆሬዎስ ፡ በከመ ፡ ሥርዐተ ፡ አበው ፡ ቅዱሳን ። ወበበጽባሕ ፡ ያነክር ፡ ዝ (v°) ንቱ ፡ ላእከ ፡ ንጉሥ ፡ እስመ ፡ አልቦ ፡ ዘኢይሬኢ ፡ ፩ ፡ ዕለተ ፡ ዕጹበ ፡ ግብረ ፡ እንዘ ፡ ይነብር ፡ ፩ ፡ ወርኀ ። ወእምዝ ፡ ተሰነአሎ ፡ ለአቡነ ፡ መርቆሬዎስ ፡ ውእቱ ፡ ላእከ ፡ ንጉሥ ፡ ወአቡነ ፡ መርቆሬዎስ ፡ ባረኮ ፡ ወለአኮ ፡ ኀበ ፡ ንጉሥ ። በረከቱ ፡ የሀሉ ፡ ምስሌነ ፡ ለዓለመ ፡ ዓለም ፡ አሜን ።

ክፍል ። ወእምዝ ፡ ተንሥአ ፡ በ፻ወ፳ ፡ ዓመተ ፡ ሕይወቱ ፡ ለአቡነ ፡ መርቆሬዎስ ፡ ወበ፳ ፡ ዓመተ ፡ መንግሥቱ ፡ ለንጉሥነ ፡ ዳዊት ፡ ወገብአ ፡ ፍኖተ ፡ እንተ ፡ ባቲ ፡ መጽአ ። ወበጽሐ ፡ ኀበ ፡ እግዚኡ ፡ ንጉሥነ ፡ ዳዊት ፡ ወነገሮ ፡ ቃለ ፡ አቡነ ፡ መርቆሬዎስ ፡ ወዓዲ ፡ ዜነዎ ፡ ተአምራተ ፡ ዘገብረ ፡ በቅድሜሁ ፡ እመ ፡ በዓቱ ፡ እንዘ ፡ ይብል ፤ ሶበ ፡ ፈጸመ ፡ ባርከ ፡ ለመንግሥትከ ፡ እእግዚእየ ፡ ንጉሥ ፡ ወይቤሉ ፡ አእባን ፡ ወዕፀው ፡ በልሳነ ፡ ሰብእ ፡ ተናጊሮሙ ፤ አሜን ፡ ወአሜን ፡ ለይኩን ፡ ለይኩን ፡ በከመ ፡ ትቤ ፡ አቡነ ፡ መርቆሬዎስ ። ወአይድዖ ፡ ኵሎ ፡ ኀይላቲሁ ፡ ዘገብረ ፡ በቅድሜሁ ፡ እስመ ፡ ነበረ ፡ ምስሌሁ ፡ ፩ ፡ ወርኀ ። ወሰሚዖ ፡ ንጉሥነ ፡ ዳዊት ፡ ዜና ፡ ተአምራቲሁ ፡ ለአቡነ ፡ መርቆሬዎስ ፡ ተሠጥመ ፡ በአንክሮ ፡ ወይቤ ፤ በአማን ፡ ፈላሲ ፡ ውእቱ ፡ ወምሕረቱ ፡ ለእግዚአብሔር ፡ ያስተራክበኒ ፡ ምስሌሁ ፡ ወያርእየኒ ፡ ገጾ ፡ ከመ ፡ እስ

ለአቡነ ፡ መርቆሬዎስ ፡ ወወፅአ ፡ ወሖሩ ፡ ፫ሆሙ ፡ እንዘ ፡ ኀይለ ፡ እግዚአብሔር ፡ ይመርሖሙ ፡ ወረድኤተ ፡ ጸሎቱ ፡ ለአቡነ ፡ መርቆሬዎስ ፡ ተዐቅበሙ ፡ ከመ ፡ ብንተ ፡ ዐይን ፡ ወበጽሑ ፡ ኀበ ፡ ንጉሥ ፡ ወበአ ፡ አባ ፡ ማርምሕናም ፡ ወሰገደ ፡ ወቆመ ፡ ቅድመ ፡ ንጉሥ ፡ ወነገሮ ፡ ኵሎ ፡ ዘይቤሎ ፡ አቡነ ፡ መርቆሬዎስ ፡ ወይቤሎ ፡ ንጉሥ ፤ በምንት ፡ አአምር ፡ ከመ ፡ ይከውን ፡ ዝንቱ ፡ ዘትቤለኒ ፡ ወባሕቱ ፡ ኑፉቄ ፡ እልብየ ፡ በጽድቀ ፡ ቃሉ ፡ ለአቡየ ፡ መርቆሬዎስ ። ወይቤሎ ፡ አባ ፡ ማርምሕናም ፤ አምጽእ ፡ ሥዕለ ፡ እድኅኖ ፡ ወይእቲ ፡ ትነግረከ ፡ ዘይቤለከ ፡ አቡነ ፡ መርቆሬዎስ ። ወአውረደ ፡ ንጉሥ ፡ ሥዕለ ፡ እድኅኖ ፡ እምውስተ ፡ ተሥላስ ፡ ዘሀለወ ፡ በትርአሰ ፡ መንበሩ ፡ ወይእቲ ፡ ሥዕል ፡ ሥዕልት ፡ በቀለመ ፡ ወርቅ ፡ ወሥርጉት ፡ በዘዘዚአሁ ፡ ቀለማት ፡ ወአዳም ፡ ጥቀ ፡ ይእቲ ፡ ለርእይ ፡ ወትመስል ፡ ዘለብሰት ፡ ሥጋ ፡ ወይቤላ ፡ አቡነ ፡ ማርምሕናም ፡ ለይእቲ ፡ ሥዕል ፤ ንግሪዮ ፡ ለንጉሥ ፡ ዘከመ ፡ ይቤለኪ ፡ አቡነ ፡ መርቆሬዎስ ፡ ገብርኪ ፡ ከመ ፡ ይትዐወቅ ፡ ጽድቀ ፡ ቃሉ ፡ ብኪ ። ወተሠጥወቶ ፡ ሥዕል ፡ ለንጉሥ ፡ ወትቤሎ ፤ እሙነ ፡ ይቤ ፡ መርቆሬዎስ ፡ ፍቁርየ ፡ ወፍቁረ ፡ ወልድየ ፡ ወአልቦ ፡ ሐሰት ፡ በነገሩ ፡ ወበዕለተ ፡ ሐሙስ ፡ አመ ፡ ፲ወ፯ ፡ ለወርኀ ፡ ጥር ፡ ይሰቲ ፡ ወይነ ፡ ብዙኀ ፡ ሰአለዲን ፡ ወይሰክር ፡ ጥቀ ፡ ▨ ፡ ምስለ ፡ ሰራዊትከ ፡ ወፈረሱ ፡ አስባብ ፡ ዘጼነዎ ፡ ሜስ ፡ ወያበውኦ ፡ ማእከለ ፡ ኀያላኒከ ፡ ወይቀትልዎ ፡ ኀያላኒከ ፡ ወይመትሩ ፡ ርእሶ ፡ ወያመጽኡ ፡ ኀቤከ ፡ ዮምኒ ፡ ፲ወ፩ ፡ እምዘ ፡ ሠረቀ ፡ ጥር ፡ (Fol. 294 r°.) ወበ፲ወ፱ ፡ ትሰምዕ ፡ ዜና ፡ ተመውኦቱ ፡ ወበ፳ወ፰ ፡ ያመጽኡ ፡ ርእሶ ፡ ኀቤከ ፡ ወኢይምሰልከ ፡ ሐሰተ ፡ ነገሩ ፡ ለመርቆሬዎስ ፡ ዘባረከ ፡ ወልድየ ። ወእምዝ ፡ አርመመት ፡ ይእቲ ፡ ሥዕል ፡ እምነቢብ ። ወሰበ ፡ ሰምዑ ፡ ዘንተ ፡ ዜና ፡ ዕጹበ ፡ እምአፈ ፡ ሥዕል ፡ ንጉሥ ፡ ወሥዩማኒሁ ፡ ወኵሎሙ ፡ ሰራዊቱ ፡ አንከሩ ፡ ጥቀ ፡ ወይቤሉ ፤ ኢርኢነ ፡ በመዋዕሊነ ፡ ከመዝ ፡ ተአምረ ፡ ወኢሰማዕነ ፡ እምቀደምት ፡ አበዊነ ። ወእምዝ ፡ ቦኡ ፡ አኀዊሁ ፡ መነከሳት ፡ ወሰገዱ ፡ ወቆሙ ፡ ቅድሜሁ ፡ ወይቤሎሙ ፤ ንበሩ ። ወነበሩ ። ወእምዝ ፡ ተንሥኡ ፡ ወባረክዎ ፡ ወጸለየ ፡ ጸሎተ ፡ አቡነ ፡ ማርምሕናም ፡ ወይቤ ፤ በሉ ፡ አቡነ ፡ ዘበሰማያት ። ወድኅረ ፡ ዛቲ ፡ ጸሎት ፡ ወሀበ ፡ ሥርየተ ፡ ወኑዛዜ ፡ ወእምዝ ፡ ወፅኡ ፡ እምኀቤሁ ፡ ወወሀብዎሙ ፡ አግብርተ ፡ ንጉሥ ፡ ማኅደረ ፡ ንጹሐ ፡ ውስተ ፡ ውሣጢተ ፡ ውሣጢት ፡ በገበ ፡ ጽርሐ ፡ ብእሲቱ ፡ ዘስማ ፡ ድንግል ፡ ጸወና ። ወእምዝ ፡ ኮነ ፡ ኵሉ ፡ ዘከመ ፡ ትቤ ፡ ሥዕል ፡ ወበከመ ፡ ይቤ ፡ አቡነ ፡ መርቆሬዎስ ፡ ወገብኡ ፡ ሰራዊተ ፡ ንጉሥ ፡ ብዙኀ ፡ ኀይለ ፡ ገቢሮሙ ፡ ወዕልዋነ ፡ ቀቲሎሙ ፡ እስከ ፡ ኢያትረፉ ፡ ፭ ፡ ነፋጺተ ፡ ወመዊአ ፡ ረኪበሙ ፡ በብዙኅ ፡ ትፍሥሕት ፡

ወአድለቅለቀት ፡ ኵላ ፡ ትዕይንት ፡ እምቃሎሙ ፡ ወወዕኡ ፡ ኵሉ ፡ ሰብአ ፡ ትዕይንት ፡ ወተቀበልዎሙ ፡ በከበሮ ፡ ወበቃለ ፡ ቀርን ፡ ወበመሰንቆ ፡ ወበብዕዛ ፡ በናቁስ ፡ ወበናብሊስ ፡ በማኅሌት ፡ ሐዋዝ ፡ ወኮነ ፡ ትፍሥሕት ፡ ዐቢይ ፡ በይእቲ ፡ ዕለት ፡ ወንጉሥኒ ፡ ተረከበ ፡ ላዕለ ፡ መንበረ ፡ ወርቅ ፡ ዐቢይ ፡ ወተተክሉ ፡ ፪ ፡ ተድባባተ ፡ ወርቅ ፡ በየማኑ ፡ ወበጸጋሙ ፡ ውስተ ፡ መስሕብ ፡ ስፉሕ ፡ ዘመልኡ ፡ በቱ ፡ አእባነ ፡ በከንፈረ ፡ ባሕር ፡ ዘሀሎ ፡ ውሣጤ ፡ ቅጽረ ፡ ቤቱ ፡ ወተርኅዉ ፡ ፬ ፡ አናቅጽ ፡ ዐበይት ፡ እለ ፡ ስሞሙ ፤ ኳልሂበር ፤ ወጣረስምባ ፤ ጃን ፡ ተከል ፤ አቡን ፡ በር ፤ ወበኡ ፡ ኵሉ ፡ ሰራዊት ፡ ከመ ፡ ይግድፉ ፡ ዕልገተ ፡ ለንጉሥ ፡ አጋሬውያን ፡ ወመስተፅዕናነ ፡ አፍራስ ፡ ሰብአ ፡ ቀስት ፡ ወሰብአ ፡ መንገኒቅ ፡ ወገደፉ ፡ ዕልገቶሙ ፡ ለለ፩፩ ፡ በበርእሶሙ ፡ ወአምጽኡ ፡ ርእሰ ፡ ለሰአለ (v°) ዲን ፡ ዳግማይ ፡ ጐልያድ ፡ ዘአንሥአ ፡ ርእሰ ፡ ላዕለ ፡ ዳዊት ፡ ዳግማይ ፡ ወልደ ፡ ሰይፈ ፡ አርዐድ ፡ ወሰበ ፡ ርእየ ፡ ዳዊት ፡ ርእሰ ፡ ምቱረ ፡ ወግዱፈ ፡ በቅድሜሁ ፡ ተፈሥሐ ፡ ጥቀ ፡ ወዘመረ ፡ እንዘ ፡ ይብል ፤

መርቆሬዎስ ፡ ገባሬ ፡ ኀይል ።
ቀተሎ ፡ ለሰአለዲን ፡ ንጉሠ ፡ አደል ።
በወልታ ፡ እዴሁ ፡ መስቀል ።
ወበኲናቱ ፡ ቃለ ፡ ወንጌል ።
ወበሰይፉ ፡ ጸሎት ፡ ዘታሠልጥ ፡ ወትከል ።
ወኀይሉ ፡ ቃለ ፡ አብ ፡ ልዑል ።
… ኀይል ።

ወእምዝ ፡ ይቤሎሙ ፡ ለሰራዊቱ ፡ ንጉሥ ፡ ዳዊት ፤

በ… ፡ ወኀይል ፡ ዘመርቆሬዎስ ፡ ብእሴ ፡ ጸሎት ፡ ተወከሎ ።
ዘዳዊት ፡ ወዘመርቆሬዎስ ፡ አአምኖ ።
ዘዳዊት ፡ ወዘመርቆሬዎስ ፡ አድኅኖ ።
ጸብእ ፡ ዘዳዊት ፡ ወጸብእ ፡ ዘመርቆሬዎስ ።

ወየበቡ ፡ ኵሉ ፡ ሰራዊት ፡ እንዘ ፡ ይብሉ ፡ ከመ ፡ ይቤሎሙ ፡ … ፡ ንጉሥ ፡ ወኮነ ፡ ቃለ ፡ ውውዓ ፡ ብዙኅ ፡ ወድምፀ ፡ ይባቤ ፡ ሐዋዝ ፡ በ… ፡ ወበአጽሕሶ ፡ እኂጋር ፡ በአስተላህዮ ፡ አፍራስ ፡ ወነበሩ ፡ እስከ ፡ ሠሉስ ፡ ዕለት ፡ በዘከመዝ ፡ ቃለ ፡ ማኅሌት ፡ እስከ ፡ ሠርቀ ፡ ለወርኅ ፡ የካቲት ። ወእምዝ ፡ ጸውዖ ፡ ንጉሥ ፡ ለአቡነ ፡ ማርምሕናም ፡ ወይቤሎ ፤ አንተ ፡ ሑር ፡ ኀበ ፡ አቡነ ፡ መርቆሬዎስ ፡ ወንግሮ ፡ ኵሎ ፡ ትፍሥሕትየ ፡ ወእሉ ፡ ፪ሆሙ ፡ እኅዊከ ፡ ይንበሩ ፡ ኀቤየ ፡ እስከ ፡ ይገ

ከመ ፡ ያዕርጉ ፡ መሥዋዕተ ፡ ወቍርባነ ፡ ወከመ ፡ ይግበሩ ፡ ጸሎተ ፡ ወስእለተ ። ወሰሚዖ ፡ አቡነ ፡ መርቆሬዎስ ፡ ዘንተ ፡ እምቃለ ፡ ንጉሥ ፡ ተንሥአ ፡ በመዐት ፡ ዐቢይ ፡ ወንጉሥ ፡ እንበሮ ፡ በብዙኅ ፡ አስተብቍዖ ፡ ተንሢአ ፡ እመንበሩ ፡ በጸሎት ፡ ወበስእለት ፡ ኦሆ ፡ አብሀሎ ፡ ወተፈሥሐ ፡ ዳዊት ፡ በእንተ ፡ ኦሆ ፡ ብሂሎቱ ፡ ለአቡነ ፡ መርቆሬዎስ ። ጸሎቱ ፡ ወበረከቱ ፡ የሀሉ ፡ ምስሌነ ፡ አሜን ።

በስመ ፡ አብ ፡ ወወልድ ፡ ወመንፈስ ፡ ቅዱስ ፡ ፩ ፡ አምላክ ፡ ንጽሕፍ ፡ ዜና ፡ ተመጥዎቱ ፡ ለአህጉረ ፡ ወበሓውርተ ፡ አቡነ ፡ መርቆሬዎስ ፡ እምእደ ፡ ንጉሥነ ፡ ዳዊት ፡ ሶበ ፡ ገብአ ፡ እምድረ ፡ ስናር ፡ ነሢኦ ፡ መስቀለ ፡ ኢየሱስ ፡ እምላእካነ ፡ ሊቀ ፡ ጳጳሳት ፡ ሶበ ፡ ይቤሎ ፤ ገበርኩ ፡ ዕርቀ ፡ ምስለ ፡ ሥልጣነ ፡ ምስር ፤ እምይእዜሰ ፡ ግባእ ፡ ሀገረከ ፡ በሰላም ። ወይቤሎ ፡ (v°) ንጉሥ ፡ ለጀዋር ፡ መጋቤ ፡ ቤቱ ፤ አምጽእ ፡ ሌተ ፡ ክርታሰ ፡ ዘወሀብኩከ ። ወአምጽአ ፡ ክርታሰ ፡ በከመ ፡ ይቤሎ ፡ ወጸውዖ ፡ ለሥዩመ ፡ ሰራዌ ፡ ደባሲነ ፡ እግዚእ ፡ ወአንበበ ፡ በቅድሜሁ ፡ እላንተ ፡ አህጉረ ፡ ወከና ፡ ጕልቆን ፡ ፻ወ፭ ፡ ወወሀበ ፡ እላንተ ፡ አህጉረ ፡ ንጉሥነ ፡ ዳዊት ፡ ለአቡነ ፡ መርቆሬዎስ ፡ እንዘ ፡ ይብል ፤ ይኩና ፡ ለከ ፡ ወውሉድከ ፡ እስከ ፡ ለዓለም ። ወካዕበ ፡ ይቤሎ ፤ ትኩን ፡ ለከ ፡ ጽንፋ ፡ እሳት ፡ ወማእከላ ፡ ገነት ። ወፈነወ ፡ እለ ፡ ይዘብጡ ፡ አቅርንተ ፡ መንግሥቱ ፡ ወከለዋ ፡ በቃለ ፡ አቅርንት ፡ እንዘ ፡ የዐውዱ ፡ እምጽንፋ ፡ እስከ ፡ ጽንፋ ፡ ወገብኡ ፡ በሣልስ ፡ ሱባዔ ። ወእምዝ ፡ ተመይጠ ፡ ንጉሥነ ፡ ዳዊት ፡ ውስተ ፡ ሀገሩ ፡ ነሢኦ ፡ ቡራኬ ፡ እምኀበ ፡ አቡነ ፡ መርቆሬዎስ ፡ ወአቡነ ፡ መርቆሬዎስ ፡ አተወ ፡ ውስተ ፡ ደብሩ ፡ ደብረ ፡ ድማኅ ። ጸሎቱ ፡ ወበረከቱ ፡ የሀሉ ፡ ምስለ ፡ ኵልነ ፡ አሜን ።

ክፍል ። ንጽሕፍ ፡ እንከ ፡ ኍልቈ ፡ አህጉር ፡ ዘወሀቦ ፡ ንጉሥነ ፡ ዳዊት ፡ ወልደ ፡ ሰይፈ ፡ አርዐድ ፡ ለአቡነ ፡ መርቆሬዎስ ፡ ፀሓያ ፡ ለደብረ ፡ ድማኅ ። ፩ ፤ ደብረ ፡ ድማኅ ። ፪ ፤ አንቀጸ ። ፫ ፤ ዐድ ፡ ሰብአ ፡ ስሬ ። ፬ ፤ ዐድ ፡ ካህሱ ። ፭ ፤ ዐድ ፡ ጨንዶግ ። ፮ ፤ ጐዳዕ ። ፯ ፤ ማይ ፡ ልጹይ ። ፰ ፤ አምባ ፡ ጕዳድ ። ፱ ፤ ዐድ ፡ አበዛ ። ፲ ፤ ዐድ ፡ ጸንፋ ።

፲፩ ፤ ዐድ ፡ ዘርቤን ።
፲፪ ፤ ዐድ ፡ ወራሲ ።
፲፫ ፤ ዐድ ፡ ሳምራ ።
፲፬ ፤ ዐደ ፡ ደቅ ፡ ባርያ ።
፲፭ ፤ ዐድ ፡ መአምን ።
፲፮ ፤ ዐድ ፡ ደቅ ፡ መሻ ።
፲፯ ፤ ዐድ ፡ ገባ ።
፲፰ ፤ ማይ ፡ አጋም ።
ውእቱ ፡ ዐድ ፡ ረፋይ ።[1]
፲፱ ፤ ደንበላስ ።
፳ ፤ ማይ ፡ ሞኒ ።
፳፩ ፤ ማይ ፡ ደኅሴ ።

[1] A posteriore manu adiectum in codicé videbatur.

፳፪ ፤ ጋቅ ።
ዐድ ፡ ሊባን ፡ ዝባን ፡ ሰማዕታት ፡ እስከ ፡ ዱበኒ ።[1]
፳፫ ፤ አኅልዕ ።
ዐድ ፡ ፀፀር ።[1]
፳፬ ፤ ዳልክ ።
ዐድ ፡ ባፊ ።[1]
፳፭ ፤ ዐድ ፡ ተመናይ ።
ዐድ ፡ አጣል ።[1]
፳፮ ፤ ዐድ ፡ ሆመር ።
ዐድ ፡ ማና ።[1]
፳፯ ፤ አይጸገብና ።
ጸዓዳ ፡ ዓዲ ።[1]
፳፰ ፤ [illegible] ፡ እስከ ፡ ዱበኒ ።
ዐድ ፡ ፍንዕ ።[1]
፳፱ ፤ ማይ ፡ ሐፊስ ።
፴ ፤ ዐድ ፡ ወይለይ ።
፴፩ ፤ ንዕድ ።
፴፪ ፤ ዐድ ፡ በልሰይ ።
፴፫ ፤ ዐድ ፡ ሥልጣን ።
፴፬ ፤ ኳኸያ ፡
መካነ ፡ አባ ፡ ገብር ፡ ኄር ።[1]
፴፭ ፤ ዳምባ ፡ ሚዕ ።
፴፮ ፤ ምሩቅ ። (Fol. 297 r°.)
፴፯ ፤ ዐድ ፡ ጐረቶ ።
፴፰ ፤ ዐድ ፡ ፃዕዲ ።
፴፱ ፤ ዐቢይ ፡ ዓዲ ።
፵ ፤ ዐድ ፡ ገንደፈር ።
፵፩ ፤ ዐድ ፡ ክቡድ ።
፵፪ ፤ ዐድ ፡ አቢሳ ።
፵፫ ፤ ዐድ ፡ ቡላድ ።
፵፬ ፤ ኅሊልክ ፡
መካነ ፡ ዳግመ ፡ ኢይመውት ።[1]
፵፭ ፤ ዐድ ፡ ጅመል ።
፵፮ ፤ ዐድ ፡ አዴናይ ።
፵፯ ፤ በዓት ፡ አንፅዋ ።
በርባ ። ዐድ ፡ ሐፀባ ።[1]
፵፰ ፤ ጥዑም ፡ ኩዶ ።
፵፱ ፤ ብሕኑና ።
፶ ፤ ዐድ ፡ ኪሮስ ።
፶፩ ፤ ዐድ ፡ ሰራዊት ፡
በቀልቀል ።[1]
፶፪ ፤ ዐድ ፡ ዮሐንስ ፡
በማየ ፡ ጣጡ ።[1]
፶፫ ፤ ዐድ ፡ አዬ ፡
በርባ ፡ ማዕደውያ ።[1]
፶፬ ፤ ዐድ ፡ ከቢበ ።
፶፭ ፤ ማይ ፡ ለሐም ፡
በማይ ፡ ሀሮ ፡ ዘወረደ ፡ ማይ ፡ ፀቀምጤ ።[1]
፶፮ ፤ ዐድ ፡ ሰርጊስ ።
፶፯ ፤ እዳ ፡ አባ ፡ እናንያ ።
፶፰ ፤ አርቅዛና ።
፶፱ ፤ ዐድ ፡ ሳምራይ ።
፷ ፤ ዐድ ፡ ማኒ ።
፷፩ ፤ ዳምባ ፡
ወወሰናሂ ፡ ሙጻእ ፡ መጥሐን ፡ ወእምባ ፡ ባርያ ፡ ወማየ ፡ ኢመት ፡ እስከ ፡ መረብ ።[1]
፷፪ ፤ ዐድ ፡ ኳላ ።
፷፫ ፤ ዐድ ፡ ኃበር ።
፷፬ ፤ ዐድ ፡ ማሴ ፡ እስከ ፡ ምትካል ፡ አላማ ።
፷፭ ፤ ደሀደክ ፡ ናበ ።

[1] A posteriore manu adiectum in codice videbatur.

፷፮ ፥ አዶጋልበ ።
፷፯ ፥ ቤት ፡ አባ ፡ ገሪማ ፡ እስከ ፡ ማይ ፡ ዐይን ።
፷፰ ፥ እዳ ፡ አባ ፡ እንድርያስ ፡ ዘእፉን ።
፷፱ ፥ ዐድ ፡ ተስፉ ፡ ልዑል ።
፸ ፥ ኦኦ ።
፸፩ ፥ መረገኛ ፡ ዐድ ፡ ሰጓጐ ።
፸፪ ፥ በርበር ፡ ዘጊ ።
፸፫ ፥ ሡዶ ፡ ፈላሲ ።
ዐድ ፡ ባሪ ። [1]
፸፬ ፥ ምድረ ፡ ሥሉሲት ።
በራሀ ። [1]
፸፭ ፥ ዐድ ፡ ጉኡበ ።
ዐድ ፡ ዘርና ። [1]
፸፮ ፥ መካ ፡ ረዳኢ ።
ታኪታ ። [1]
፸፯ ፥ ዐድ ፡ ዘመር ።
ዐድ ፡ አገራይ ። ፀረንታ ።
ዐድ ፡ ገርጠጢ ። [1]
፸፰ ፥ ዐድ ፡ ድቡስ ።
፸፱ ፥ ዐድ ፡ አበዛ ፡ ሁብቶይ ።
፹ ፥ ጸንዕቶ ።
፹፩ ፥ ጊአት ።
፹፪ ፥ ዐድ ፡ ደቅ ፡ ጽንዓ ።
እዳጋ ፡ ድኅና ። [1]
፹፫ ፥ ባምብቆ ።
፹፬ ፡ በሐማሴንሂ ፡ አድቄ ።
ቃቅብዳ ። [1]
፹፭ ፥ ዐድ ፡ አብዘማት ።
ወገሪቆ ። [1]
፹፮ ፥ ዐድ ፡ ኀዕዳድ ።
፹፯ ፥ ዳዕሮ ፡ ጳውሎስ ።
፹፰ ፥ መቀርካ ።
፹፱ ፡ አቆታብ ።

ዝንቱ ፡ ውእቱ ፡ ጕልቄ ፡ አህጉሪሁ ፡ ለአቡነ ፡ መርቆሬዎስ ፡ ዘወሀቦ ፡ ንጉሥነ ፡ ዳዊት ፡ ወልደ ፡ ሰይፈ ፡ አርዐድ ፡ ወከመ ፡ ይኩኖ ፡ መርሐ ፡ ለመንግሥተ ፡ ሰማያት ። ወይእዜኒ ፡ አንትሙ ፡ ደቂቀ ፡ ብሔን ፡ ሰገዶ ፡ ወሰብአ ፡ ሰራዌ ፡ ኢትትዐደዉ ፡ ወኢትትዐገሉ ፡ እመሂ ፡ ጕልታ ፡ ወእመሂ ፡ ገራውሂሃ ፡ ወኵሎ ፡ ዘከነ ፡ ንዋዮ ፡ ለደብረ ፡ ድማኅ ፡ ኢትርአይዋ ፡ ከመ ፡ ካልኣት ፡ መካናት ፡ እስመ ፡ ሀለዉ ፡ በውስቴታ ፡ ብዙኃን ፡ ጻድቃን ፡ ወእምኵሎን ፡ አድባረ ፡ አባ ፡ መርቆሬዎስ ፡ ተዐቢ ፡ ደብረ ፡ ድማኅ ። በረከቱ ፡ ለእቡነ ፡ መርቆሬዎስ ፡ የሀሉ ፡ ምስለ ፡ ኵልነ ፡ ለዓለመ ፡ ዓለም ፡ አሜን ።

(v°) ክፍል ። ንጽሕፍ ፡ ጕልቄ ፡ አህጉሪሁ ፡ ለአቡነ ፡ መርቆሬዎስ ፡ ዘሀለዉ ፡ በምድረ ፡ ስሬ ። ፩ ፥ ቀርነ ፡ አንበዛ ። ፪ ፥ አጻጽማ ። ፫ ፥ ጐረሳ ። ፬ ፥ እምባ ፡ ኍጕላ ። ፭ ፥ ቃግማ ። ፮ ፥ ጻሕሎ ። ፯ ፥ ፍልፍሊ ። ፰ ፥ ሰቀር ፡ ዳምባ ። ፱ ፥ ዐድ ፡ ኀድጎይ ። ፲ ፥ አደቄ ። ፲፩ ፥ በርቃሆ ። ፲፪ ፥ መደልባ ። ፲፫ ፥ መጽለሊባ ። ፲፬ ፥ ጨረምባ ። ወበምድረ ፡ አዴትሂ ፡ እዳባ ፡ ብሰይ ። ጸሎቱ ፡ ወበረከቱ ፡ ለአቡነ ፡ መርቆሬዎስ ፡ የሀሉ ፡ ምስለ ፡ ኵልነ ፡ ለዓለመ ፡ ዓለም ፡ አሜን ፡ ወአሜን ።

[1] A posteriore manu adiectum in codice videbatur.

(Fol. 301 vº.) ..... እንዘ ፡ ሀሎ ፡ አቡነ ፡ መርቆሬዎስ ፡ ውስተ ፡ ደብሩ ፡ ደብረ ፡ ድማኅ ፡ ሰሚዓ ፡ ዜናሁ ፡ አሐቲ ፡ ብእሲት ፡ ብዕልት ፡ ዘስማ ፡ ድንግል ፡ ጽዮን ፡ ተንሥአት ፡ እምህገራ ፡ ወሀገራኒ ፡ ምድረ ፡ ጸለምት ፡ ውእቱ ፡ ወበክፍሉ ፡ ይትበሀል ፡ ጃን ፡ አሞራ ። ወመጽአት ፡ ወዐደወት ፡ ፈለገ ፡ ተከዚ ፡ ወምስሌሃ ፡ ብዙኃን ፡ ሰብእ ፡ ወወልዳኒ ፡ ዕውስ ፡ ወሕሙም ፡ በፀራት ፡ የሐውር ፡ ወበጽሐት ፡ ምድረ ፡ ሰራዌ ፡ ወበጽሐት ፡ ኀበ ፡ ደብሩ ፡ ጐረሳ ።

(Fol. 304 vº.) ... ወበውእቱ ፡ መዋዕል ፡ ሞተ ፡ ንጉሥነ ፡ ዳዊት ፡ ወልደ ፡ ሰይፈ ፡ አርዓድ ፡ በ፳ወ፱ ፡ ዓመት ፡ ወ፰ ፡ ውርኀ ፡ ወነግሠ ፡ ቴዎድሮስ ፡ ወልዱ ፡ ፫ ፡ ዓመተ ።

(Fol. 306 rº.) ... በ፻ ፡ ወ፳ ፡ ዓመተ ፡ ሕይወቱ ፡ ለአቡነ ፡ መርቆሬዎስ ፡ አዕረፈ ፡ ንጉሥነ ፡ ዳግማይ ፡ ዳዊት ፡ አመ ፡ ፱ ፡ ለጥቅምት ፡ ወበ ፡ ፻፳ወ፫ ፡ ዓመተ ፡ ሕይወቱ ፡ ለአቡነ ፡ መርቆሬዎስ ፡ አዕረፈ ፡ ንጉሥነ ፡ ቴዎድሮስ ፡ ወልዱ ፡ ለዳግማይ ፡ ዳዊት ፡ አመ ፡ ፴ሁ ፡ ለሰኔ ፡ ወነግሠ ፡ ይስሐቅ ፡ ዘሐነጻ ፡ ለመቅደሰ ፡ ጊዮርጊስ ፡ በዲማ ። ወበ፯ቱ ፡ ዓመት ፡ እምዘ ፡ ነግሠ ፡ ንጉሥነ ፡ ይስሐቅ ፡ ወበ፻ ፡ ወ፴ ፡ ዓመተ ፡ ሕይወቱ ፡ ለአቡነ ፡ መርቆሬዎስ ፡ ወረደ ፡ እምሰማይ ፡ .....

(Fol. 313 vº.) ... ወፅአት ፡ ነፍሱ ፡ እምሥጋሁ ፡ ጊዜ ፡ መንፈቀ ፡ ሌሊት ፡ ዘሐሙስ ፡ ለጸቢሐ ፡ ዓርብ ፡ አመ ፡ ፲ ፡ ለወርኀ ፡ ፋሜኖታ ፡ በልሳነ ፡ ዕርዕ ፡ ወአመ ፡ ፲ወ፩ ፡ ለወርኀ ፡ ፌርማ ፡ በልሳነ ፡ አፍርንጊ ፡ ወአመ ፡ ፲ወ፮ ፡ ለወርኀ ፡ ሰባጥ ፡ በልሳነ ፡ ቅብጢ ፡ ወበግዕዝ ፡ አመ ፡ ፲ወ፮ ፡ ለወርኀ ፡ ታኅሣሥ ።

(Fol. 320 rº.) ክፍል ። ንጽሕፍ ፡ ዳግመ ፡ ዜና ፡ ኍልቀ ፡ ልደቱ ፡ መንፈሳዊ ፡ ለአቡነ ፡ ተክለ ፡ ኢየሱስ ፡ ባሕታዊ ። አቡነ ፡ ዘካርያስ ፡ ወለዶ ፡ ለአቡነ ፡ ጳኵሚስ ፤ ወአቡነ ፡ ጳኵሚስ ፡ ወለዶ ፡ ለአቡነ ፡ ተስፋ ፡ ሐዋርያት ፤ ወአቡነ ፡ ተስፋ ፡ ሐዋርያት ፡ ወለዶ ፡ ለአቡነ ፡ ቶማስ ፡ ዘአቴ ፤ ወአቡነ ፡ ቶማስ ፡ ወለዶ ፡ ለአቡነ ፡ ጼዋ ፡ ድንግል ፡ ዘጐናጐና ፤ ወአቡነ ፡ ጼዋ ፡ ድንግል ፡ ወለዶ ፡ ለአቡነ ፡ ምእመነ ፡ ድንግል ፡ ዘጨጊ ፤ ወአቡነ ፡ ምእመነ ፡ ድንግል ፡ ወለዶ ፡ ለአቡነ ፡ ተወልደ ፡ መድኅን ። ወአቡነ ፡ ተወልደ ፡ መድኅን ፡ (vº) መጽአ ፡ እምአዳጋት ፡ ውስተ ፡ ሰራዌ ፡ ወወለዶ ፡ ለአቡነ ፡ ፊልጶስ ፡ ዘባምብቆ ፡ ወተመይጠ ፡ አቡነ ፡ ተወልደ ፡ መድኅን ፡ ውስተ ፡ ምድሩ ፡ አዳጋት ። ወጊዜ ፡ ምንኵስናሁ ፡

ለአቡነ ፡ ፊልጶስ ፡ አንበሮ ፡ ላዕለ ፡ መንበር ፡ በሥርዐተ ፡ መምህራን ፡ ወወሀበ ፡ መስቀለ ፡ አቡሁ ፡ ተወልደ ፡ መድኅን ፡ ወተመይጠ ፡ ብሔሮ ፡ በሰላም ። ወአቡነ ፡ ፊልጶስ ፡ ቦአ ፡ ውስተ ፡ ደብሩ ፡ ባምብቆ ። በረከቱ ፡ ለአቡነ ፡ ተወልደ ፡ መድኅን ፡ የሀሉ ፡ ምስሌነ ፡ ለዓለመ ፡ ዓለም ፡ አሜን ።

ክፍል ። ንጽሕፍ ፡ ዳግመ ፡ ዜና ፡ ምንኵስናሁ ፡ ለአቡነ ፡ ተክለ ፡ ኢየሱስ ፡ ነባቤ ፡ መሰንቆ ፡ በእደ ፡ አቡሁ ፡ ፊልጶስ ፡ ዘባምብቆ ። ወለአቡነ ፡ ተክለ ፡ ኢየሱስ ፡ ጥንተ ፡ ሙላዱ ፡ ወብሔረ ፡ ነገዱ ፡ ዐድ ፡ ሕዝባይ ፡ ይእቲ ። ወስሙ ፡ ለአቡሁ ፡ አሚነ ፡ አብ ፡ ወስማ ፡ ለእሙ ፡ ኤልሳቤጥ ። ወግብሩኒ ፡ በመዋዕለ ፡ ደቂቅናሁ ፡ ከመዝ ፡ ውእቱ ። ኮነ ፡ ከመ ፡ ዳዊት ፡ ወልደ ፡ እሴይ ፡ ኖላዌ ፡ አባግዕ ። ወሀሎ ፡ ፩ ፡ ቢጽ ፡ ዘያፈቅሮ ፡ ዘስሙ ፡ ግርማ ፡ ሥላሴ ። ወበአሐቲ ፡ ዕለት ፡ እንዘ ፡ ይትዋነዩ ፡ ፫ሆሙ ፡ ተበሀሉ ፤ ንምትር ፡ አባለ ፡ ዘርእነ ፡ እስመ ፡ ውእቱ ፡ ያወርድ ፡ ውስተ ፡ሲኦል ፡ ይቤሉነ ፡ አበዊነ ። ወእምዝ ፡ መተሩ ፡ አባለ ፡ ዘ (v°)[1] ....

....

ወጾርዎሙ ፡ ወወሰድዎሙ ፡ ውስተ ፡ ቤት ። ወእምዝ ፡ ተፈወሱ ፡ እምሕማመ ፡ ቍስል ። ወሰቤሃ ፡ ወሰድዎሙ ፡ ኀበ ፡ አቡነ ፡ ፊልጶስ ፡ ዘባምብቆ ፡ ወከንዎ ፡ አርዳኢሁ ፡ ወመጽአ ፡ አቡነ ፡ ፊልጶስ ፡ ውስተ ፡ ደብረ ፡ ድማኅ ፡ ዘተቀብረ ፡ ባቲ ፡ አቡሁ ፡ መርቆሬዎስ ፡ ወነበረ ፡ ውስተ ፡ ጽንፉ ፡ ወአልበሶ ፡ አልባሰ ፡ ምንኵስና ፡ ለአቡነ ፡ ተክለ ፡ ኢየሱስ ፡ ወልዱ ፡ በ፳ወ፫ ፡ ዓመት ፡ እምዘተወልደ ፡ ወተነበየ ፡ ለ.....
(Fol. 321 r°.)[2] ....
....ዘንተ ፡ ብሂሎ ፡ ተመይጠ ፡ አቡነ ፡ ፊልጶስ ፡ ውስተ ፡ ደብሩ ፡ ባምብቆ ። ወነበረ ፡ አቡነ ፡ ተክለ ፡ ኢየሱስ ፡ ፲ ፡ ዓመተ ፡ ውስተ ፡ ዐድ ፡ ሰብአ ፡ ሽሬ ፡ እንዘ ፡ ታቦተ ፡ ቅዱስ ፡ ሚካኤል ፡ ሊቀ ፡ መላእክት ፡ እንዘ ፡ ይመጽእ ፡ በበ ፡ ዓመት ፡ ከመ ፡ ይግበር ፡ ተዝካረ ፡ አቡሁ ፡ መርቆሬዎስ ፡ ውስተ ፡ ደብረ ፡ ድማኅ ፡ ዘተቀብሩ ፡ ባቲ ፡ አዕፅምቲሁ ፡ ምስለ ፡ ብዙኃን ፡ ሰራዊት ፡ እስመ ፡ ይእቲ ፡ ታፈርህ ፡ እምጽአተ ፡ አረሚ ፡ ኀቤሃ ፡ በከመ ፡ ታፈርህ ፡ ይእዜ ፡ ገዳመ ፡ አብረንታቲ ፡ ዘየሐውሩ ፡ መንገሌሃ ፡ ብዙኃን ፡ ሰራዊት ፡ በግርማ ፡ ዐቢይ ፡ በበዓመት ፡ በበዓለ ፡ ፬ ፡ እንስሳ ፡ አመ ፡ ፰ ፡ ለኅዳር ። ወእምዝ ፡ መጽአ ፡ አቡነ ፡ ፊልጶስ ፡ በ፳ወ፫ ፡ ዓመት ፡ እምዘተወልደ ፡ ወበ፲ ፡ ዓመት ፡ እምዘተመንኰሰ ፡ በእዴሁ ፡ ወአንበሮ ፡ ላዕለ ፡ መንበር ፡

[1] Quinque manuscripti versus igne deleti. — [2] Quatuor versus igne deleti.

ለአቡነ ፡ ተክለ ፡ ኢየሱስ ፡ ወወሀበ ፡ መስቀለ ፡ ወኢወፅአ ፡ እምይእቲ ፡ ዕለት ፡ እስከ ፡ ጊዜ ፡ ሞቱ ። ወበ፪ ፡ ዓመተ ፡ መንግሥቱ ፡ ለንጉሥነ ፡ ሱስንዮስ ፡ አጽንዐ ፡ ንብረቶ ፡ አቡነ ፡ ተክለ ፡ ኢየሱስ ፡ ውስተ ፡ ደብረ ፡ ድማኅ ። ወበ፳ወ፫ ፡ ዓመተ ፡ ሕይወቱ ፡ ለአቡነ ፡ ተክለ ፡ ኢየሱስ ፡ አዕረፈ ፡ ንጉሥነ ፡ ሱስንዮስ ፡ ዘጸልዐ ፡ ሃይማኖተ ፡ እስክንድርያ ፡ ወአፍቀረ ፡ ሃይማኖተ ፡ ሮሜ ፡ ወነግሠ ፡ ወልዱ ፡ ፋሲለደስ ፡ ርቱዐ ፡ ሃይማኖት ፡ ዘስመ ፡ መንግሥቱ ፡ ዓለም ፡ ሰገድ ፡ ወሐነጻ ፡ ወሐደሳ ፡ ለደብረ ፡ ድማኅ ፡ አቡነ ፡ ተክለ ፤ ኢየሱስ ፡ ወበዝኅ ፡ ማኅበር ፡ ጥቀ ፡ ወአመንኰሰ ፡ በ፩ ፡ ዕለት ፡ ፲ወ፱ ፡ ወራዙተ ፡ ወአእሩገ ፡ ወ፺ወ፩ ፡ አንስተ ። ወዳግመ ፡ ተወልዱ ፡ እምኔሁ ፡ በቆብዕ ፡ ወበአስኬማ ፡ ፴ቱ ፡ ደቂቅ ፡ እለ ፡ ተጸውዐ ፡ በሙ ፡ ስሙ ፡ ወስመ ፡ አቡሁ ፡ መርቆሬዎስ ፡ ወበዝኁ ፡ ደቂቆሙ ፡ ወደቂቀ ፡ ደቂቆሙ ፡ ወሀለዉ ፡ እስከ ፡ ዮም ፡ አቡነ ፡ ምሥራቃዊ ፡ ወ (v°) አቡነ ፡ መፍቀሬ ፡ ክርስቶስ ፡ ወአቡነ ፡ ትምህርተ ፡ ኅቡዓት ፡ ወአቡነ ፡ መሥዋዕተ ፡ ጽዮን ፡ እሉ ፡ እሙንቱ ፡ እለ ፡ ሐደስዋ ፡ ለደብረ ፡ ድማኅ ፡ እምድኅሬሁ ፡ ለአቡነ ፡ መርቆሬዎስ ። ወነበረ ፡ አቡነ ፡ ተክለ ፡ ኢየሱስ ፡ እስከ ፡ ፲ወ፪ ፡ ዓመተ ፡ መንግሥቱ ፡ ለንጉሥነ ፡ ዮሐንስ ፡ ዘስመ ፡ መንግሥቱ ፡ አእላፍ ፡ ሰገድ ። ወአፍቀሮ ፡ ዝንቱ ፡ ንጉሥነ ፡ ዮሐንስ ፡ ለአቡነ ፡ ተክለ ፡ ኢየሱስ ። ወበመዋዕሊሁ ፡ ለዝንቱ ፡ ንጉሥ ፡ ተሐደሰት ፡ ጥቀ ፡ ደብረ ፡ ድማኅ ። ወነበሩ ፡ በምክረ ፡ ዝንቱ ፡ ንጉሥ ፡ ወበምክረ ፡ አቡነ ፡ ተክለ ፡ ኢየሱስ ፡ አንስት ፡ ወእደው ፡ ኅቡረ ፡ ወቅድመሰ ፡ አከ ፡ ሥርዐቱ ፡ ከመዝ ፡ ለአቡነ ፡ መርቆሬዎስ ። ወኮነ ፡ ኵሉ ፡ ድሙር ፡ መዋዕለ ፡ ሕይወቱ ፡ ለአቡነ ፡ ተክለ ፡ ኢየሱስ ፡ ፶ወ፲ ፡ ዓመቲሁ ። ወአዕረፈ ፡ አመ ፡ ፳ወ፱ ፡ ለወርኀ ፡ ሐምሌ ፡ ወተቀብረ ፡ ውስተ ፡ ደብሩ ፡ ደብረ ፡ ድማኅ ፡ ዘሐደሳ ፡ በጸሎቱ ፡ ወበስእለቱ ። በረከቱ ፡ ለአቡነ ፡ ተክለ ፡ ኢየሱስ ፡ የሀሉ ፡ ምስለ ፡ ኵልነ ፡ ለዓለመ ፡ ዓለም ፤ ለይኩን ፡ ለይኩን ፤ አሜን ፡ ወአሜን ።

FRAGMENTA BREVISSIMA

QUAE IN COMPENDIO AETHIOPICE TRANSCRIPSERAM.

1. — (Fol. 31 v°.) ፀገዋሙ ፡ በበ ፡ ፻፱ ፡ ዓባይተ ፡ ጼወ ፡ ዘውእቱ ፡ ጋንፋር ፡ ወበበ ፡ ፲፻፱ ፡ ዘይንዕስ ፡ ጼወ ፡ ዘውእቱ ፡ አሞሌ ።

2. — (Fol. 39 v°.) ርእሰ ፡ ቀሳውስት ፡ ዘውእቱ ፡ ገበዝ ።

3. — (*Ibid.*) ሊቀ ፡ ዲያቆናት ።

4. — (Fol, 87 r°.) ውስተ ፡ ገዳመ ፡ ቃሔን ፡ ኀበ ፡ ሀለዉ ፡ አበው ፡ ቅዱሳን ፡ ወእምኔሆሙ ፡ ፩ ፡ ምሁረ ፡ መጽሐፍ ፡ ዘስሙ ፡ ጳውሎስ ።

5. — (Fol. 127 v°.) ቤተ ፡ እልጅኖ ፡ ዘውእቱ ፡ ቤተ ፡ ጸሎት ።

6. — (Fol. . . .) መኰንን ፡ ዘስሙ ፡ ዘርአ ፡ ጽዮን ።

7. — (Fol. . . .) ዘስሙ ፡ መካኑ ፡ ፈያት ።

8. — (Fol. . . .) መፍቀሬ ፡ እግዚአብሔር ።

9. — (Fol. . . .) ተኣምረ ፡ እግዝእትነ ፡ ማርያም ።

10. — (Fol. . . .) ውዶ ፡ ዘይበውዕ ፡ ውስተ ፡ ባሕር ፡ ዘስሙ ፡ ፃና ።

11. — (Fol. 172 r°.) ወበጽሑ ፡ እስከ ፡ ቅርኛ ፡ ዘሀለወ ፡ በጽንፈ ፡ ባሕር ፡ ዓቢይ ፡ ዘስሙ ፡ ፃና ።

12. — (Fol. 172 v°.) ዐምደ ፡ ጽዮን ፡ ንጉሠ ፡ ሰላም ፡ ዘያመልክ ፡ በጽድቅ ፡ ለንጉሠ ፡ አርያም ።

13. — (*Ibid.*) አዜስም ፡ ትዕይንተ ፡ ነገሥት ፡ ውሉዱ ፡ ለምኒልክ ፡ ወልደ ፡ ሰሎሞን ፡ ወልደ ፡ ዳዊት ።

14. — (Fol. 179 v°.) ጸሊማን ፡ ከመ ፡ ቋዕ ፡ ወከመ ፡ አግብርት ፡ ዘምድረ ፡ ዱበኒ ።

15. — (Fol. 180 r°.) . . . . . ከመ ፡ ያፈቅሩ ፡ ሜሰ ፡ ወሰካር ፡ ይኄይሎሙ ፡ ወንዋሞሙ ፡ ከመ ፡ ንዋመ ፡ ሐርገፅ ፡ ዘተከዚ ፡ እመሂ ፡ በቤት ፡ ወእመሂ ፡ በገዳም ።

16. — (Fol. 191 r°.) ተሰምዐ ፡ ዜና ፡ ትሩፋቲሁ ፡ ለአቡነ ፡ መርቆሬዎስ ፡ ውስተ ፡ ኵሉ ፡ ዓለም ፡ ዘቅሩብ ፡ ወዘርሑቅ ፡ እስከ ፡ ምድረ ፡ ሸዋ ፡ ወእስከ ፡ ምድረ ፡ ሐማሴን ።

17. — (*Ibid.*) ዜና ፡ ሐዊሮቱ ፡ ለአቡነ ፡ መርቆሬዎስ ፡ ኀበ ፡ ገዳመ ፡ ጐረሳ ፡ ወይእቲኒ ፡ ሀለወት ፡ ማእከለ ፡ ስሬ ፡ ታሕታይ ።

18. — (Fol. 192 r°.) ረከበ ፡ በፍኖት ፡ ፩ ፡ እንስሳ ፡ ዘይሰመይ ፡ ቶራ ፡ ሰኪቦ ፡ ውስተ ፡ ሣዕር ፡ ዘውእቱ ፡ ቋያ ።

19. — (Fol. 193 r°.) መንገኒቅ ፡ ዘውእቱ ፡ ነፍጥ ።

20. — (Fol. . . .) ዓፀድ ፡ ዘስማ ፡ አደቀመሸ ።

21. — (Fol. . . .) ማይ ፡ ጸዓዳ ፡ እስመ ፡ ይእቲ ፡ ሀገረ ፡ አዝማዲሁ ።

22. — (Fol. 224 r°.) ዐድ ፡ ንግዱ ፡ መከነ ፡ ኔጋዲ ፡ ብሂል ።

23. — (Fol. 240 v°.) እደ ፡ ኵና ፡ ቅድመ ፡ ጸላኢነ ።

24. — (Fol. 255 v°.) መቀርከ ፡ ወይእቲ ፡ ሀገር ፡ ዘሀለወት ፡ ማእከለ ፡ ሐማሴን ።

25. — (Fol. 258 v°.) ደብረ ፡ ድማኅ ፡ ብሂል ፡ ደብረ ፡ ርእስ ።

26. — (Fol. 289 r°.) ወአእመራ ፡ ከመ ፡ የአምርዎን ፡ ዕደው ፡ ለአንስት ፡ ወሰዓራ ፡ ድንግልናሃ ፡ እስመ ፡ ይእቲ ፡ ድንግል ።

27. — (Fol. 303 r°.) ወእምዝ ፡ ተንሥኡ ፡ እምገዳመ ፡ ጐረሳ ፡ ወዐደዉ ፡ ፈለገ ፡ መረብ ፡ ወበጽሑ ፡ ደብረ ፡ ድማኅ ።